AF658649

INSIGHT PUBLICA®

INSIGHT PUBLICA
Nadakkave, Kozhikode, Kerala
www.insightpublica.com
e-mail: insightpublica@gmail.com

Njanasnanam

(Malayalam Dramas)

James Paul

First Edition : January 2016
This Edition: October 2021

Copyright©Reserved
All rights reserved. No part of this publication may be reproduced, stored in a retrieval system, or transmitted, in any form, or by any means, electronic, mechanical, photocopying, recording or otherwise, without the prior permission of the publisher.

ISBN 978-93-85899-02-7

ജ്ഞാനസ്നാനം

യുവജനോത്സവ നാടകങ്ങളുടെ സമാഹാരം

ജെയിംസ് പോൾ

INSIGHT PUBLICA®

1964-ൽ കോഴിക്കോട് ജില്ലയിലെ കൂടരഞ്ഞിയിൽ ജനനം. കാലിക്കററ് യൂണിവേർസിറ്റി , ബറോഡാ യൂണിവേർസിറ്റി എന്നിവിടങ്ങളിൽ വിദ്യാഭ്യാസം. ഇന്ത്യൻ നാടകവേദിയേക്കുറിച്ചുള്ള പഠനത്തിന് ഹിന്ദിയിൽ ഡോക്ടറേറ്റ്. പി.എം.താജിന്റെ പാവത്താൻ നാട് , മേരിലോറൻസ്, എൻ.ശശിധരന്റെ ഒരു ചാൺ വയർ, ജാതിഭേദം, ഹെൻ റിക് ഇബ്സന്റെ ജനശത്രു തുടങ്ങിയ നാടകങ്ങളിലഭിനയിച്ചു. നാടകരചനക്കുള്ള ജി.ശങ്കരപ്പിള്ള അവാർഡും, പി.ജെ.ആന്റണി അവാർഡും നേടിയിട്ടുണ്ട്. 'കൂടാരവാസികൾ' ആദ്യനാടക സമാഹാരം. ഇപ്പോൾ കൂത്തുപറമ്പ് നിർമ്മലഗിരി കോളജിൽ അസോസിയേറ്റ് പ്രൊഫസർ.

ജെയിംസ് പോൾ

സമർപ്പണം

അകാലത്തിൽ അരങ്ങൊഴിഞ്ഞുപോയ
ആത്മമിത്രം അശോകൻ കതിരൂരിന്

ഉള്ളടക്കം

ഇരട്ട ചങ്കുള്ള ഒറ്റകൾ

പത്മനാഭൻ കാവുമ്പായി

അപരിചിതമായ സംഭവങ്ങളുടെ വാർത്താചിത്രങ്ങളുടെയിടയിൽ മുഖം മൂടി നിൽക്കുന്ന ആ പ്രതിയെ(കുറ്റവാളിയെ) എങ്ങനെയാണൊന്നു തിരിച്ചറിയുക. അയാളുടെ പേര് എന്തുതന്നെയായാലും വർത്തമാന പത്രം കൊണ്ടോ, കറുത്ത തുണികൊണ്ടോ , കോട്ടുകൊണ്ടോ മറ്റേതെങ്കിലും തുണിക്കഷ്ണംകൊണ്ടോ ആ മുഖം മറച്ചിട്ടല്ലേ അയാൾ പോകുന്നത്. സൂക്ഷിച്ചു നോക്കൂ.. ആ തലയുടെ അളവ്, മുഖം പൊത്തിയിരിക്കുന്ന കൈവിരലിലെ മോതിരം, ഇട്ടിരിക്കുന്ന കുപ്പായം.. ആ ഖദർമുണ്ട്.. ലോവേസ്റ്റ് പാന്റ്, ജട്ടിയുടെ ഇലാസ്റ്റിക്, ആ ഷൂസ് നോക്കൂ, ആ നടത്തം.. മാന്യതയുടെ നിർവചനം മാറ്റുന്ന ആ കൂസലില്ലായ്മ ! ഇപ്പോൾ തെളിയുന്നുണ്ടോ.. പതുക്കെ പതുക്കെ ഒരു മുഖം..മുന്നിലെ കണ്ണാടിയിൽ..കാർ ഡോറിന്റെ കൂളിംഗ് ഗ്ലാസിൽ..തെളിഞ്ഞുകാണുന്നില്ലേ, ആ മനുഷ്യൻ.. അതെ, സംശയിക്കേണ്ട, ഞാൻ തന്നെ, അല്ല നിങ്ങൾ തന്നെ, അതുമല്ലെങ്കിൽ നമ്മളിലാരോ തന്നെ. തിരിച്ചറിഞ്ഞുകഴിഞ്ഞു. ഇനി കനത്ത രാവുകളാണ്. ഒറ്റപ്പെടലിന്റെ.. കുറ്റബോധത്തിന്റെ.. കടുത്ത നിരാശയുടെ..ആത്മാവ് കിടുകിടുക്കുന്ന കൊടിയ വിഷാദത്തിന്റെ.. കാരണം ഞാനൊറ്റപ്പെടുന്നു.. നിങ്ങളൊറ്റപ്പെടുന്നു. നമ്മൾ ഒറ്റപ്പെടുന്നു. ഒന്നുകിൽ അതു ചെയ്തതുകൊണ്ട്.. അല്ലെങ്കിൽ അതു ചെയ്യാത്തതുകൊണ്ട്..അതുമല്ലെങ്കിൽ സ്വയം തിരിച്ചറിഞ്ഞുകൊണ്ട്..തിരിച്ചറിവിന്റെ ആ ഒറ്റപ്പെടൽ ഭീതിദമാണ്. നിരാശയാണ്. വിഷാദമാണ്. ഉന്മാദമാണ്. എന്തിന്റെ ഉന്മാദമെന്നോ..സ്വന്തം ജീവിതവൈകല്യങ്ങളുടെ നടുത്തളങ്ങളിലേക്ക് ഒരു സ്ലൈഡിലൂടെയെന്നവണ്ണം നിരങ്ങിവീണ് മലീമസമായ പുറത്തിന്റെ നാറ്റം വമിച്ചുകൊണ്ട് നമ്മൾ ജീവിക്കുന്നത് അത്രയൊന്നും വൃത്തിയില്ലാത്ത ഒരു സ്ഥലത്തോ, കാലത്തിലോ ആണെന്ന് പാട്ടകൊട്ടി പെരുമ്പറമുഴക്കുന്ന ഭ്രാന്ത്.. നാറുന്ന ഈ ജീവിതം നിർഭയമായ ഒരു കണ്ഠത്തിൽനിന്നും കൂവലേറ്റു വാങ്ങേണ്ട

താണെന്നും സ്വന്തം ജീവിതത്തെ തന്നെ കൂവുന്ന ആ നിർഭയനായ കാണി നമ്മുടെതന്നെയുള്ളിൽ എത്രയോ കാലമായി ഒളിച്ചുകഴിയുന്നുണ്ടെന്നും ചില പ്രകോപനങ്ങളിലൂടെ അയാൾ പുറത്തുചാടുമെന്നും കാണിച്ചുതരുന്നു ജയിംസ് പോളിന്റെ ജ്ഞാനസ്നാനമെന്ന ഈ അരങ്ങെഴുത്തു സമാഹാരം.

സ്വന്തം ജീർണ്ണതയിൽ മൂക്കുപൊത്തുന്ന ആ മാന്യൻ ജീവിത വൈകൃത മേറിയ സ്വന്തം മുഖം കണ്ട് കണ്ണാടി കുത്തിപ്പൊളിച്ച് കൈഞരമ്പുമുറിക്കു ന്നവൻ, ആത്മാനുരാഗത്തിന്റെ അവനവൻകടമ്പ കടക്കാനാവാതെ ഒളിക്കുന്ന, ഓമനിക്കപ്പെടുന്ന, ഓളങ്ങളിൽ മുങ്ങുന്ന , തെറിക്കുന്നതെന്ന് പഴിക്കപ്പെടുന്ന ഏറ്റവും പുതിയ പരിചിത സ്വത്വമാണ് ഈ ഏകാങ്കങ്ങളുടെ അഭിരുചി വ്യവ സ്ഥയിലെ പാത്രങ്ങൾ.

എല്ലാവരും പോകേണ്ട വഴികളേക്കുറിച്ച്
പറഞ്ഞുകൊണ്ടേയിരുന്നു.
ഞാൻ എന്റെ വഴികളിലൂടെ സഞ്ചരിച്ചുകൊണ്ടേയിരുന്നു.

ഒറ്റയാണെങ്കിലും ഇരട്ടചങ്കിന്റെ മുഴക്കം ഉയിർക്കുന്നുണ്ട് ഈ സമാഹാര ത്തിലെ ആദ്യത്തെ 'ഒറ്റ' യിൽ നിന്നും. വ്യക്തിയുടെയും സമൂഹത്തിന്റെയും രാഷ്ട്രീയമായ സ്വത്വരൂപീകരണം പലവിധ കാരണങ്ങളാൽ അസംഭവ്യമാ യിത്തീരുന്ന പുതിയ കലാലയ ബഹളങ്ങളിൽ കൈമോശം വന്ന കലാ പ്രവർത്തനങ്ങളുടെയും പ്രതികരണരീതിശാസ്ത്രങ്ങളുടെയും വിചിന്തനം സാധ്യമാക്കുന്നു ഈ ഏകാങ്കം. അഭിപ്രായങ്ങളിലൂടെയോ അഭിപ്രായ വ്യത്യാസങ്ങളിലുടെയോ സെൽഫികൾ(ഐഡന്റിറ്റി) വാർത്തുകൊണ്ടിരു ന്നതിൽനിന്നും വ്യതിരിക്തമായി സ്വന്തം ഉടൽചിത്രങ്ങൾകൊണ്ട് മാത്രം താനാരാണെന്ന് തെളിയിക്കാനിറങ്ങിയ, കലക്കവെള്ളത്തിന്റെ ഈ കാലത്ത് നിരഞ്ജന യെന്ന കഥാപാത്രം ആശയവ്യക്തതയുള്ള കാമ്പസ് യുവത്വത്തെ പ്രതിനിധീകരിക്കുന്നതാണ്.

ഉടലുകൾ ഉടലുകൾ
ഉരുകിത്തിളക്കുന്ന ഉലയിലെ
അരിവാളിന്നരികുപോലെ
വിരലാൽ മുറിഞ്ഞതെൻ പേരല്ല
പൊരുളായിരുന്നു അതോർത്തില്ല നീ

ഹോസ്റ്റൽ മുറിയിലെ സ്വാതന്ത്ര്യം, ആവിഷ്കാരസ്വാതന്ത്ര്യം, കാമ്പ സിലെ സ്വാതന്ത്ര്യം എന്നിങ്ങനെ ഒറ്റ (നിരഞ്ജന)യുടെ ചിന്തകളും സംഭാ ഷണങ്ങളും അടിമുടി ഫാസിസ്റ്റുവൽക്കരിക്കപ്പെടുന്ന അധികാരബോധത്തിന്റെ പുറത്തുകൊട്ടിക്കേൾപ്പിക്കുന്ന പെരുമ്പറകളാണ്. ഒരേ സമയം നാടകമെന്നോ, ജീവിതമെന്നോ തിരിച്ചറിയാനാവാത്തവിധം അവതരണരീതിയിൽ വരുത്തുന്ന നവീകരണം, ആവിഷ്കാരഭംഗി, ആകർഷകത്വം, ലളിതമായ ചുറ്റുവട്ടം, വെളി ച്ചത്തിന്റെ ക്രമീകരണം , ധ്വനിയാർന്ന സംഭാഷണങ്ങൾ,ഉപയോഗിച്ചിരിക്കുന്ന കവിതാശകലങ്ങൾ എന്നിവയിലെല്ലാം അരങ്ങ് വഴക്കത്തിന്റെ കൈത്തഴക്കം കാണാം. വർത്തമാനകാല ക്യാംപസിൽനിന്നും പുറത്തുകടന്ന് ഒരുവേള പെ രുമാൾമുരുകനെ ഓർമ്മിപ്പിക്കുന്ന ഈ നാടകം വ്യവസ്ഥാപിത അടക്കം പഠിപ്പിക്കുന്ന അധ്യാപകരിലേക്കും വിരൽ ചൂണ്ടുന്നുണ്ട്. ഒരു കാമ്പസ് തീയ്യേ റ്റർ മുന്നോട്ടുവെക്കുന്ന രാഷ്ട്രീയത്തെ കൃത്രിമത്വത്തിന്റെ വച്ചുകെട്ടലുകളി ല്ലാതെ തനിമകൊണ്ട് 'ഒറ്റ' ഒറ്റപ്പെട്ടതാക്കുന്നുണ്ട് എന്നതും ശ്രദ്ധേയമാണ്.

ചായയിൽ കുതിർന്നുതീരാതെ വർത്തമാനപത്രങ്ങളുടെ താളുകളിൽ നിന്നും നിരന്തരം പ്രശ്നമുണ്ടാക്കിയ സംഭവവൈചിത്ര്യങ്ങളാണ് ജ്ഞാന

സ്നാനത്തിലെ നാലു നാടകങ്ങളുടെയും പൊതു പ്രത്യേകത.

വീടിനു ശവപ്പെട്ടിയുടെ രൂപമാണ്
പുറത്ത് പൂക്കൾകൊണ്ടലങ്കരിച്ച്
അകത്ത് ചീഞ്ഞുനാറുന്ന ശവമുള്ള പെട്ടി

ഒറ്റയിലേതാണെങ്കിലും ഈ കവിതാശകലം ജയിംസ് പോളിന്റെ എല്ലാ നാടകങ്ങളുടെയും മുഖക്കുറിപ്പാണെന്ന് എനിക്കു തോന്നുന്നു. മലയാളികളുടെ ജീവിതത്തിന്റെയും ബോധത്തിന്റെയും അഭിരുചി നിർമ്മാണവ്യവസായം തകർക്കുന്ന(Breaking) അഥവാ മുഴക്കുന്ന ചാനൽ സംപ്രേഷണ വ്യഗ്രതകളെ പരിഹസിച്ചുകൊണ്ടാണ് 'കടൽമാക്രികൾ' ആരംഭിക്കുന്നത്. വാർത്തകളുടെ അകവും പുറവും ചികയുന്ന അപൂർവ്വം ഒറ്റ മനുഷ്യരെ ഒഴിച്ച് ഭൂരിപക്ഷാഭിപ്രായം എന്നത് ഏതെങ്കിലും വാർത്താമാധ്യമത്തിന്റെയോ, ജാതിമതത്തിന്റെയോ,കക്ഷിരാഷ്ട്രീയ പാർട്ടിയുടെയോ, ലളിതസഹസ്രനാമജപമായിക്കഴിഞ്ഞിരിക്കുന്നു ഇന്ന്. ഈ ബോധജീർണ്ണതയെ ചുരണ്ടി ഉള്ളെ കൈവെള്ളയിൽ കാട്ടുന്നുണ്ട് കടൽമാക്രികളിലെ ആദ്യരംഗംതന്നെ, വൃത്തികേടുകൾമാത്രം വാർത്തയാകുന്ന കാലത്ത് അത് കഴിച്ചു കഴിയുന്ന ചിന്താശൂന്യതയുടെ മച്ചിൻപുറത്തെ അഭിനവമാക്രികൾ രണ്ട് വാർത്തകൾക്കിടയിൽ കളിക്കുന്ന ഈ നാടകത്തിലെ കാണാത്ത കഥാപാത്രങ്ങൾ തന്നെ. മലയാള നാടകരചനയിലെ അദ്വിതീയനായ പി. എം. താജിന്റെ രചനാശേഷിയെ ഓർമ്മിപ്പിക്കുന്നുണ്ട് ഭരണവർഗത്തിന്റെ അധാർമ്മിക രാഷ്ട്രീയത്തെ ചൂണ്ടിത്തരുന്ന വളരെ സാധാരണക്കാരായ അസാധാരണജീവിതങ്ങളുടെ നേർചിത്രീകരണം.

രംഗഭാഷയുടെ ബഹുതലവളർച്ചയുടെ തുറസ്സുകളിലേക്കാണ് ഈ സമാഹാരത്തിലെ നാലു നാടകങ്ങളുടെയും തിരശ്ശീല ഉയരുന്നത്. രചനയിൽതന്നെ ഏറെ വ്യതിരിക്തത സൂക്ഷിക്കുന്ന നാടകങ്ങളാണ് 'നെയ്ത്തുകാല'വും 'ജ്ഞാനസ്നാന'വും. എൻ. ശശിധരൻ രചിച്ചതും ഏറെ ചർച്ചചെയ്യപ്പെട്ടതുമായ അടുക്കള എന്ന നാടകം പോലെ ശക്തമായ രാഷ്ട്രീയ പ്രമേയം കൈകാര്യം ചെയ്യുന്ന ഒരു കാമ്പസ് നാടകം 2000നു ശേഷം യൂണിവേർസിറ്റി വേദികളിൽ കണ്ടിട്ടില്ലെന്നത് ഇവിടെ പറയേണ്ടതായി തോന്നുന്നു. അതത് കാലത്തെ ആവിഷ്കരിക്കുന്നതിൽ കാമ്പസ് നാടകങ്ങൾ ശ്രദ്ധിക്കാതിരിക്കുകയും എളുപ്പവിദ്യകളുടെയും സൂത്രപണികളുടെയും പിറകെ പോവുകയും ചെയ്യാൻ തുടങ്ങിയതോടെ നിലവാരം കെട്ടുപോയ വേദിയിലെ വേദനയിൽനിന്നാണ് ഈ സമാഹാരത്തിലെ ചില നാടകങ്ങളുടെ പിറവിയെന്ന് നാടകൃത്ത്തന്നെ പറയുന്നുണ്ട്.ആൾക്കൂട്ടനിർമ്മിതിക്കായി പരക്കംപാഞ്ഞ സാമൂഹ്യ-രാഷ്ട്രീയ പ്രസ്ഥാനങ്ങൾ നിരുത്തരവാദപരമായ ഇടപെടൽ നടത്തിയതിന്റെ ദുരന്തഫലങ്ങളനുഭവിക്കുന്ന വർത്തമാന ജനതയെ അഭിസംബോധന ചെയ്യുന്നുണ്ട് നെയ്ത്തുകാലം എന്ന നാടകം.

'ജ്ഞാനസ്നാനം' എന്നാണീ സമാഹാരത്തിന്റെ പേര്. ലൗജിഹാദിനെക്കുറിച്ച് കേട്ട കാലത്തെഴുതിയതെന്ന് രചയിതാവുതന്നെ രേഖപ്പെടുത്തുന്നുണ്ട്. 'എഴുത്തോ നിന്റെ കഴുത്തോ' എന്ന് നേരിട്ടും വെടിയുതിർത്തും കഴുത്തറുത്തും ചോദിച്ചുകേൾക്കുന്ന ദുരന്തനാളുകളിലൂടെയാണ് മലയാളി സമൂഹവും കടന്നുപോകുന്നത്. ലോകത്തെങ്ങുനിന്നും അധികാരത്തിന്റെ ഭാഷക്ക് അനാവശ്യ കാർക്കശ്യം കേൾക്കുന്നു. മലാല യൂസഫ് സായ് മുതൽ കൽബുർഗിയുടെവരെ തല തകർക്കാൻ ശ്രമിച്ച മതതീവ്രവാദത്തിന്റെ വെടിയൊച്ചകൾ നമ്മെ നടുക്കുന്നു.അസഹിഷ്ണുതയുടെ അസ്വസ്ഥമായ രാപ്പക

ലുകൾ ജനജാഗ്രതയുടെ പ്രാധാന്യത്തെയാണ് ഓർമ്മപ്പെടുത്തുന്നത്. മനുഷ്യവിരുദ്ധമായി, തീവ്രമായി, വംശീയകലാപങ്ങളായി ജീവിതത്തെ ജീവിക്കുവാൻ മാത്രം കൊള്ളാത്തതാക്കി നശിപ്പിക്കുന്ന വർത്തമാനകാല ദുഷ്ടലാക്കുകൾക്കെതിരെയാണ് 'ജ്ഞാനസ്നാനം' എന്ന ഏകാങ്കം ശക്തമായ പ്രതിപ്രവർത്തനം നടത്തുന്നത്. അബോധത്തിൽ ജീവിക്കുന്ന ജനതയെ ബോധത്തിന്റെ നിലാവെളിച്ചംകൊണ്ട് മനുഷ്യത്വത്തിന്റെ ജീവജലംകൊണ്ട് ജ്ഞാനസ്നാനം ചെയ്യിക്കേണ്ടതിന്റെ ആവശ്യകതക്ക് ഈ നാടകം ശബ്ദവും വെളിച്ചവും നൽകുന്നു .

കടന്നാക്രമണങ്ങൾക്കെതിരെ ഏതായുധം എന്ന ചിന്ത ഇന്നും കടന്നുവരാത്ത, പാതിരായോഗങ്ങളിൽ ചർച്ചയാകാത്ത വർത്തമാന വാർത്താകുറിപ്പുകളോ കറുപ്പുകളോ ഇതിലെ എല്ലാ നാടകങ്ങളുടെയും രചനാ സ്രോതസ്സുകളായി കാണുന്നുണ്ട്. വായിച്ചു മറക്കേണ്ടതോ, വായിലലിയിച്ചിറക്കേണ്ടതോ ആയ ഒന്നായി വാർത്തകൾ ആലസ്യപൂർവ്വം അനുഭവിക്കുന്ന ഒരു ജനതയുടെ സദാചാരസംഹിതക്കകത്ത് നിന്നും കുതറുന്ന 'ഒറ്റ' കൾ , ധിക്കാരികൾ, അനുസരണക്കേടുകളുടെ സുവിശേഷകാരൻ, നാടൻഭാഷയിലെ തോന്ന്യാസികൾ, വിരിച്ചിടത്തു കിടക്കാത്തവർ, എല്ലാം തന്നെ കോട്ടുവായ്പിളർപ്പിന്റെ അലംഭാവബോധത്തെ എന്നും ചോദ്യം ചെയ്തിട്ടുണ്ട്. അഹങ്കാരത്തിന്റെ വികൃതബോധത്തെ, വിട്ടുവീഴ്ചകളുടെ ഇലാസ്തിക് ബോധത്തെ അവരെന്നും അലോസരപ്പെടുത്തിയിട്ടുണ്ട്. എഴുത്തുകാരൻ ആ ഒറ്റകളെ സൃഷ്ടിക്കുമ്പോൾ സമൂഹത്തെ പുതുക്കിപ്പണിയുന്നതിന് വളയാത്ത നട്ടെല്ലുകൊണ്ട് അയാൾ ചില വേലികൾ കെട്ടുന്നു.സർഗാത്മകപ്രവർത്തനങ്ങളെ പരസ്യമായി ആക്രമിക്കുന്ന ഒരു ഫാസിസ്റ്റ് അധിനിവേശകാലത്ത് അരങ്ങിൽന്നും ഉയിർക്കുന്ന ആത്മാഭിമാനത്തിന്റെ കാവൽവാക്കുകളായി സംഭാഷണങ്ങൾ പരിവർത്തനം ചെയ്യപ്പെടുന്നു. ഭാവനയുടെ ചോര ഏറെ ഒഴുകിയ കലാലയമുറ്റങ്ങളിൽ എഴുത്തുകാർ ഇല്ലാതായ ചുമരുകളിൽ, സമരമില്ലാതായ മരച്ചുവടുകളിൽ, കുനിഞ്ഞുപോയ ചുമലുകളിൽ, സാമൂഹ്യഉത്തരവാദിത്വഭാരമില്ലാത്ത തലകളിൽ ജയിംസ് പോളിന്റെ നാടകങ്ങൾ ചില പോറലുകൾ കോറിയിടുന്നുണ്ട്. സാഹിത്യാധ്യാപനം എന്നതിലുപരി ഒരു പക്ഷേ ഈ പോറലുകളാവാം നാളെ വിടരുന്ന സാമൂഹ്യബോധ്യങ്ങളുടെ പാഠപുസ്തകം. നേരിട്ടു മുന്നിൽ വയ്ക്കുന്ന പാഠങ്ങൾക്കുപരിയായി ശക്തമായ ആന്തരികപാഠങ്ങളെ ഉൾക്കൊള്ളുന്ന ഈ നാലു ഏകാങ്കങ്ങളും വർത്തമാനകാല അരങ്ങുകൾക്കും ക്യാംപസ് തിയ്യേറ്ററുകൾക്കും തെളിവേകും. ജീവിച്ചിരിക്കുന്ന ചുറ്റുപാടിന്റെ രാഷ്ട്രീയം വെളിപ്പെടുത്തുന്ന ഏകാങ്കങ്ങൾ നാളെയുടെ രാഷ്ട്രീയത്തെ രൂപപ്പെടുത്തുന്ന ഏറെ അംഗങ്ങളെ രൂപീകരിക്കാം എന്നതും പ്രധാനമാണ്.

രംഗപ്രവേശം

ജെയിംസ് പോൾ

ആദ്യനാടകസമാഹാരമായ 'കൂടാരവാസികൾ' പ്രസിദ്ധീകരിച്ചത് 2005 ൽ ആണ്. തുടർന്നിങ്ങോട്ടു കഴിഞ്ഞ പത്തുവർഷങ്ങൾക്കിടയിൽ ആകെ എഴുതിയത് വെറും നാലു നാടകങ്ങളാണ്. ഒരു സാഹിത്യരൂപമെന്നനിലക്ക് നാടകം ഗൗരവമുള്ള വായനക്കു വിധേയമാക്കുന്നവരുടെ എണ്ണം മുൻകാലങ്ങളെ അപേക്ഷിച്ച് നന്നേ കുറഞ്ഞുകൊണ്ടിരിക്കുന്ന ഒരുകാലത്ത് എന്തിനെഴുതുന്നുവെന്നത് നാടകരചയിതാക്കൾ അഭിമുഖീകരിക്കുന്ന ഒരു ചോദ്യമാണ്. നാടകവേദികളും കലാസമിതി പ്രസ്ഥാനങ്ങളും സജീവമായിരുന്ന കാലത്ത് ഇത്തരം ചോദ്യങ്ങൾക്കു പ്രസക്തിതന്നെ ഉണ്ടായിരുന്നില്ല. ക്ലാസിക്കുകളായി മാറിയ നാടകരചനകൾ പാശ്ചാത്യ-പൗരസ്ത്യസാഹിത്യത്തിന്റെ മുതൽക്കൂട്ടാണെന്ന് സാഹിത്യലോകം തിരിച്ചറിയുന്നുണ്ട്. ഭാസ-കാളിദാസന്മാരും സോഫോക്ളിസും യൂറിപ്പിഡിസുമുൾപ്പെടെയുള്ള പ്രാചീനരുടെയും ഷെയ്ക്സ്പിയറുൾപ്പടെയുള്ള മധ്യകാലരചയിതാക്കളുടെയും, ആധുനിക കാലഘട്ടത്തിലെ ഇബ്സൺ, പിരാന്തെലോ, ബർണാഡ്ഷാ തുടങ്ങി ഇങ്ങു കേരളത്തിൽ കെ.ടി. മുഹമ്മദുമുതൽ സി.എൽ. ജോസുവരെയുള്ള നാടകരചയിതാക്കളുടെ നാടകപുസ്തകങ്ങൾ വായനശാലകളിലെ അലമാരകളിലിരുന്ന് വായനക്കാരനെ (നാടകപ്രേമികളല്ലാത്തവരെയും) മാടിവിളിച്ചിരുന്ന ഒരു ഭൂതകാലം നമുക്കുണ്ട്. എൺപതുകളുടെ ആദ്യം അരങ്ങിൽ പരിക്ഷണം ആരംഭിക്കുന്നു. പാശ്ചാത്യ-പൗരസ്ത്യനാട്യസങ്കേതങ്ങളെ ആവിഷ്കാരത്തിന്റെ നവീനമായ ദൃശ്യസാധ്യതകളോട്ചേർത്തുവെച്ച് പിറവികൊണ്ട കുറെ നാടകങ്ങൾ പിന്നീടുണ്ടാവുന്നുണ്ട്. ജി.ശങ്കരപ്പിള്ള , വയലാ

വാസുദേവൻപിള്ള, പി.എം. താജ്, എൻ. പ്രഭാകരൻ,എൻ. ശശിധരൻ, ടി.എം. അബ്രഹാം തുടങ്ങിയവരുടെ നാടകങ്ങൾ അവയുടെ സാഹിത്യമഹിമമാത്രം കൊണ്ടല്ല, മറിച്ച്, ആ നാടകങ്ങൾക്കു ലഭിച്ച മികച്ച രംഗാവതരണങ്ങളുടെ ഫലമായിട്ടുകൂടിയാണ് നാടകാസ്വാദകരുടെയും നിരൂപകരുടെയും ശ്രദ്ധക്കു പാത്രീഭൂതമായത്. അരങ്ങിൽ ആവിഷ്കൃതമാവുക എന്ന ഉദ്ദേശം വച്ചുമാത്രം നാടകത്തിന്റെ പാഠം തയ്യാറാക്കുകയും സംവിധായകനും നടീനടന്മാരും ഉൾപ്പെടുന്ന നാടകവേദിയിലെ കലാകാരന്മാരുടെ കൂട്ടായ പ്രവർത്തനത്തിന്റെ ഫലമായി അരങ്ങിൽ ദൃശ്യവൽക്കരിക്കപ്പെടുകയും ചെയ്ത നാടകങ്ങളുടെ സാഹിത്യരൂപമാണ് പിന്നീട് അച്ചടിച്ച് നാടകകൃതികളായി പ്രകാശനം ചെയ്യുന്നത്. അത്തരം കൃതികളുടെ വായനാനുഭവം വ്യത്യസ്ഥമായിരിക്കുമെന്നു മാത്രമല്ല, ദുഷ്കരവും വായനയുടെ രസച്ചരടുമുറിക്കുന്നതുമായേക്കാം. നാടകകൃതികൾക്കു വായനക്കാർ കുറഞ്ഞതും നാടകരചനകൾതന്നെ ദുർലഭമായതും നാടകസാഹിത്യത്തെ സംബന്ധിച്ചിടത്തോളം ആപൽസൂചകമാണെന്നുതന്നെ പറയേണ്ടിവരും.

നാടകത്തോട് ആഭിമുഖ്യമുള്ള ഒരു കോളേജധ്യാപകനായതുകൊണ്ടും വർഷാവർഷം സർവ്വകലാശാലാ കലോത്സവത്തിൽ നാടകങ്ങൾ അരങ്ങേറുന്നതുകൊണ്ടും തികച്ചും ആവശ്യാർത്ഥം എഴുതിപ്പോയ നാടകങ്ങളാണ് ഈ സമാഹാരത്തിലുള്ളത്. അതുകൊണ്ടുതന്നെ ഈ നാടകങ്ങൾ മഹത്തായ രചനകളാണെന്ന അവകാശവാദമൊന്നുമില്ല. എന്നാൽ ഈ സമാഹാരത്തിലെ എല്ലാ നാടകങ്ങളും അരങ്ങു കണ്ടവയും മത്സരങ്ങളിൽ പുരസ്കൃതമായവയുമാണ്. ക്യാംപസിലെ മനസ്സുകൾ എങ്ങനെ ചിന്തിക്കുന്നുവെന്ന് വിദ്യാർത്ഥികളോടൊപ്പം സഞ്ചരിക്കുന്ന ഒരു അധ്യാപകനെന്ന നിലയിൽ എളുപ്പം മനസിലാകും. പലപ്പോഴും സർവ്വകലാശാലാ നാടകോത്സവങ്ങളിൽ ക്യാംപസ് പ്രമേയമായ നാടകങ്ങൾ തമസ്കരിക്കപ്പെടുകയോ, ക്യാംപസിന് അന്യമായ വിഷയങ്ങൾ വലിയ പണച്ചിലവോടുകൂടി കെട്ടുകാഴ്ചകളോടെ അവതരിപ്പിക്കപ്പെടുകയോ, അതുമല്ലെങ്കിൽ അവിദഗ്ധഹസ്തങ്ങളാൽ പരിചരിക്കപ്പെട്ട് അരങ്ങിലെത്തുകയോ ആണ് സംഭവിക്കാറുള്ളത്. ഈ സമാഹാരത്തിലെ മൂന്നു നാടകങ്ങളുടെയും പശ്ചാത്തലം ക്യാംപസ് തന്നെയാണ്. വേറിട്ടുനിൽക്കുന്ന നാലാമത്തെ നാടകം (നെയ്ത്തുകാലം) അക്കാലത്തെ വാർത്താമാധ്യമങ്ങളിൽ ഇടം നേടിയ പൊള്ളിക്കുന്ന ഒരു വാർത്തയുടെ ചുവടുപിടിച്ച് എഴുതിയതാണ്. ഇങ്ങനെ കലാലയ അനുഭവങ്ങളെ, കയ്ക്കുന്ന സാമൂഹ്യയാഥാർത്ഥ്യങ്ങളെ പ്രമേയവൽക്കരിച്ച് അരങ്ങിലെത്തിക്കുമ്പോൾ തൽക്കാലത്തേക്ക് പ്രേക്ഷകപിന്തുണ നേടാനാവുന്നുണ്ടെങ്കിലും തുടരവതരണങ്ങളുണ്ടാകാതെ പോകുന്നത് ദുഖകരമായ കാര്യമാണ്. പുസ്തകരൂപത്തിൽ പ്രസിദ്ധീകരിക്കുമ്പോൾ അത്തരം ചില പ്രതീക്ഷകൾകൂടിയുണ്ട്.

ഈ നാടകങ്ങളിൽ രണ്ടെണ്ണത്തിന് (നെയ്ത്തുകാലം, കടൽമാക്രികൾ) സംവിധാനം നിർവ്വഹിച്ചത് ശ്രീ പ്രേമൻ മുചുകുന്നും അകാലത്തിൽ അന്തരിച്ച എന്റെ ആത്മമിത്രം അശോകൻ കതിരൂരും ആണ്. കഥാപാത്രങ്ങൾക്ക് ജീവൻ നൽകി അരങ്ങിലെത്തിച്ചത് എന്റെ പ്രിയ വിദ്യാർത്ഥികൾ തന്നെ. പുസ്തക രൂപത്തിൽ ഈ സമാഹാരം വായനക്കാരുടെ കൈകളിലെത്തിക്കുന്നത് കോഴിക്കോട്ടെ ഇൻസൈറ്റ് പബ്ലിക്കയാണ്. എല്ലാവരോടും നന്ദിയും കടപ്പാടും രേഖപ്പെടുത്തുന്നു. ഈ നാടകങ്ങളെല്ലാം അരങ്ങിലെത്തിക്കുന്നതിന് പിന്തുണ നൽകിയ കൂത്തുപറമ്പ് നിർമ്മലഗിരി കോളേജ് ഫൈനാർട്സ് കമ്മിറ്റിക്ക് പ്രത്യേക നന്ദി.

2014 ലെ കണ്ണൂർ സർവ്വകലാശാല യൂണിയൻ കലോത്സവത്തിലൽ മികച്ച രണ്ടാമത്തെ നാടകമായി തെരഞ്ഞെടുക്കപ്പെട്ട നാടകമാണ് 'ഒറ്റ്'. ക്യാമ്പസ് നാടകമത്സരങ്ങളിൽ അടുത്തകാലത്തായി കാണപ്പെടുന്ന ഒരു മോശം പ്രവണതയാണ് കാമ്പസിന്റെ വിഷയങ്ങളുടെ തമസ്കരണവും കെട്ടുകാഴ്ചകളുടെ സമ്പന്നതയും വിഷയസ്വീകരണം ക്യാമ്പസ് പ്രശ്നങ്ങളോടു മുഖം തിരിഞ്ഞുനിന്ന് പ്രതിലോമപരമെന്നു പോലും വിശേഷിപ്പിയ്ക്കാവുന്ന തരം ദൃശ്യാവിഷ്കാരങ്ങൾ കലോത്സവനാടക വേദികളെ അതിന്റെ ഉദ്ദേശ ലക്ഷ്യങ്ങളിൽനിന്നും അകറ്റിക്കൊണ്ടുപോകുന്നുവെന്ന് തിരിച്ചറിവാണ് 'ഒറ്റ്' എന്ന നാടകത്തിന്റെ പ്രേരണ. ക്യാമ്പസിലെ വിദ്യാർത്ഥികളുടെ ദൈനംദിന ജീവിതം അവരുടെതന്നെ ഭാഷയിൽ അവതരിപ്പിയ്ക്കാവാനുള്ള ശ്രമമാണ് നടന്നത്. പുതിയ കാലം, അതിന്റെ സംവേദനം എല്ലാം കമ്പസിൽ വിദ്യാർത്ഥികളോടൊത്തുള്ള സഹവർത്തിത്വം കൊണ്ട് കൂടുതൽ വ്യക്തമാക്കുവാൻ കഴിഞ്ഞത്, 'ഒറ്റ്' യുടെ രചനയ്ക്ക് കൂടുതൽ സഹായകമായി.

കവിതകൾ : അഥീന ജോർജ്

ഒറ്റ

നിയതമായ രംഗക്രമീകരണങ്ങളോ മറ്റു നിർദേശങ്ങളോ ഈ നാടകത്തിന്റെ അവതരണത്തിന് ആവശ്യമില്ല. നാടക റിഹേഴ്സലായും അതിന്റെ മുന്നൊരുക്കങ്ങളായുമൊക്കെ പുരോഗമിയ്ക്കുന്നതാണ് ഇതിവൃത്തം.

ഒരുകൂട്ടം വിദ്യാർത്ഥികൾ കൂട്ടംകൂട്ടമായിരുന്ന് വർത്തമാനം പറയുകയും ഫോൺ സംഭാഷണങ്ങളിലേർപ്പെടുകയും ചെയ്തുകൊണ്ടിരിയ്ക്കുമ്പോൾ അർജുൻ തന്റെ കൈയ്യിലുള്ള മൊബൈൽ ഫോണിൽ ഒരു ഫെയ്സ്ബുക്ക് കവിത വായിക്കുകയാണ്.

കവിത പശ്ചാത്തലത്തിൽ കേൾക്കാം.-

''എല്ലാവരും പോകേണ്ട വഴികളേക്കുറിച്ച്

പറഞ്ഞുകൊണ്ടേയിരുന്നു.

ഇടവഴികളിൽ ഇരുൾ പതിയിരിയ്ക്കും

പെരുവഴികളിൽ പേടിയും

ഇരുട്ടിനെ എനിയ്ക്കു വെറുപ്പായിരുന്നതിനാൽ

പേടിയ്ക്കാൻ എനിക്കിഷ്ടമില്ലാതിരുന്നതിനാൽ

ഞാൻ എന്റെ വഴികളിലൂടെ

സഞ്ചരിച്ചുകൊണ്ടേയിരുന്നു.''

അർജുൻ : (എഴുന്നേറ്റ് നടന്ന് കടലാസിൽ പകർത്തിയ കവിത ആവർത്തിയ്ക്കുന്നു.)

എല്ലാവരും പോകേണ്ട വഴികളേക്കുറിച്ച്

പറഞ്ഞുകൊണ്ടേയിരുന്നു.

ഇടവഴികളിൽ ഇരുൾ പതിയിരിയ്ക്കും

പെരുവഴികളിൽ പേടിയും

(ജിതിൻ വിചിത്രമായ ഒരു ശബ്ദം പുറപ്പെടുവിയ്ക്കുന്നു.)

അർജുൻ : ഛെ.. എന്താടോ ഇത്?

ജിതിൻ : അല്ല.. പേടീന്റെ മ്യൂസിക്.. ഹൊറർ... എന്റെ ടാബിലുണ്ട്

അർജുൻ : മണ്ണാങ്കട്ട... എന്ത് മനസ്സിലാക്കീട്ടാ നീ....

ജിതിൻ : അപ്പാ പേടിയല്ലേ... ഞാൻ വിചാരിച്ചു...

അർജുൻ : നീ അതൊന്നു പൂട്ടിക്കെട്ടി വയ്ക്കുന്നുണ്ടോ?

പ്രജിൻ : അവിടെ മ്യൂസിക്കിനു പകരം ഒരു ഹൊറർ വിഷ്വൽ ആയാലോ ... ഞാൻ വർക്ക് ചെയ്യാം.

അർജുൻ : ഇത് അതൊന്ന്വല്ലെടോ. ദാ ഇപ്പം കിട്ടിയതാ നിരഞ്ജന യുടെ ഫെയ്സ് ബുക്കീന്ന്.

ശരത് : ഓളെ കവിത വായിച്ചാല്.. ആരിക്ക് എന്ത് തിരിയാനാ?

അർജുൻ : നല്ല ഉള്ളുള്ള കവിതയാ... നമുക്കിതു വച്ചങ്ങു തുടങ്ങിയാ ലെന്താ?

ഐശ്വര്യ : രണ്ടുമൂന്നു ദിവസമായി ഈ ചർച്ച തന്നെ ചർച്ച. ഈടെ ന്തെങ്കിലും നടക്ക്വോ?

ശീതൾ : ഫൈനാർട്സ് സെക്രട്ടറി മുങ്ങീന്നാ കേട്ടെ.....

ആതിര : നാടകത്തിന് ഓന്റെ കൈല് ഫണ്ടില്ലോലും.

അക്ഷിത : ഇതു വല്യ ചതിയായിപ്പോയി. പരിചമുട്ടിനും മാർഗം കളിയ്ക്കും ഒപ്പനയ്ക്കും ഓർക്ക് ഫണ്ടുണ്ട്. നാടകത്തിനു മാത്രം ഫണ്ടില്ല.

അർജുൻ : ചെറ്റയാണവൻ. വെറും ചെറ്റ. കാര്യം പറയുമ്പോൾ ഓൻ ഒന്ന് മുഖം തരണ്ടെ... ഒരു മാതിരി വല്ല്യ ആപ്പീസറന്മാരേപ്പോലെ.

ദേവു : അടുത്ത വർഷം ഓൻ വോട്ടുചോദിയ്ക്കാൻ വരട്ടെ. കാണിച്ചു കൊടുക്കാം.

അർജുൻ : എന്തായാലും നമ്മളിത്തവണ നാടകം കളിയ്ക്കും.

ആതിര : അതിന് സ്ക്രിപ്റ്റു വേണ്ടേ.

പ്രജിൻ : സംവിധായകൻ വേണ്ടേ.

അർജുൻ : അതൊക്കെയുണ്ട്... നമുക്കു തുടങ്ങാം.

ദേവു : കഴിഞ്ഞതവണത്തെ ആ ഊശാൻതാടി സംവിധായകനാണെങ്കി ഞാനില്ല. അയാളുടെ ഒരു നോട്ടോം.... കണ്ണിറുക്കലും... ഹും...

അർജുൻ : ഇത്തവണ നമ്മൾ ഒരു നാടകം ചെയ്യുന്നു. ആസ്ഥാന സംവിധായകനും നാടകകൃത്തും ഇല്ലാതെ. നമ്മുടെ നാടകം ആരാന്റെ ഭാഷയോ ആരാന്റെ ജീവിതമോ അല്ല.... നമ്മുടെ ഭാഷയിൽ നമ്മുടെ ജീവിതം.

പ്രിജിൻ : അപ്പോ ഒരടിപൊളി നാടകം.

ജിതിൽ : ടാ ഗംഭീര മ്യൂസിക്കുവേണേ.

ശീതൾ : സൂപ്പറാക്കണം.

അർജുൻ : അപ്പോൾ നമുക്കു തുടങ്ങാം. നിങ്ങള് കഴിഞ്ഞ വർഷത്തെ നമ്മുടെ നാടകത്തിന്റെ ആ സെറ്റൊക്കെ ഒന്നു പെറുക്കിയെടുത്തു വയ്ക്ക്.

ആതിര : അതുകൊണ്ടാവ്വോ അർജുൻ?

അർജുൻ : ഒപ്പിയ്ക്കാം..... പൈസയില്ലാണ്ടിപ്പോ വേറെന്തു ചെയ്യാനാ?

ശീതൾ : അർജുൻ... ഞാൻ നിന്നോടു പറയാൻ വിട്ടു. കുറച്ചീസായിട്ട് നിരഞ്ജനയുടെ ഒരു വിവരോമില്ല. നിനക്ക് കോൺടാക്റ്റുണ്ടോ?

അർജുൻ : ഊഹും... ഇപ്പടുത്തുണ്ടായീട്ടില്ല. ഈ കവിത തന്നെ കുറച്ചു ദിവസം മുന്നെ പോസ്റ്റ് ചെയ്തതാ.

ജിതിൽ : ഓളില്ലാണ്ടെങ്ങനെയാ നാടകം കളിയ്ക്ക്യാ.

അക്ഷിത : ഹോസ്റ്റലീന്ന് പോയേപ്പിന്നെ ആരുടെയോ കൂടെ പേയിംഗ് ഗസ്റ്റായി താമസിക്കുന്നൂന്നാ കേട്ടത്.

ശരത് : ഓളേടെങ്കിലും പോയി തൊലയട്ടേന്ന്. നിനക്ക് നല്ല നടിമാര് എത്ര വേണന്നു പറ. ഞാൻ കൊണ്ടുത്തരാം.

അക്ഷിത : നീ കൊറേക്കാലം ഓളെ വയ്യാലെ തന്നെയാരുന്നല്ലോ... ഇപ്പെന്താ. ഓളെ വിട്ടാ....?

ശരത് : ഞാനാരാ... ഓളെ ബോഡി ഗാർഡാ വയ്യന്നെ നടക്കാൻ..

അർജുൻ : ഇതിപ്പോ വല്ല്യ പ്രശ്നമായല്ലോ. ശീതൾ സത്യം പറ ....

നിനക്കറിയാം... നീയറിയാണ്ട് ഓള് പോവൂല്ല.

ശീതൾ : എനക്കറീല്ല അർജുൻ

ജിതിൽ ഓളെ ഫോൺ ഒന്ന് നോക്കിയാ കൃത്യമായിട്ട് എല്ലാമറിയാം.

(രണ്ടുപേർ ചേർന്ന് ശീതളിന്റെ ഫോൺ പിടിച്ചുവാങ്ങി ഒരിടത്തിരുന്ന് പരിശോധിയ്ക്കുന്നു.)

അർജുൻ : ഇതേതായാലും ഒരു ചെറിയ കാര്യമല്ല. നിരഞ്ജന നമുക്കെല്ലാം വേണ്ടപ്പെട്ടവളുതന്ന്യാ.

ശരത് : ആർക്ക്.... എനക്കല്ല.

അർജുൻ : ഓഹോ... ഇപ്പം എല്ലാം കൂടി അങ്ങനെയായോ. അപ്പോ നിങ്ങള് തമ്മില്...?

ശരത് : കുന്തം... എനക്കെന്താ പ്രാന്തോ?

ശീതൾ : (ദേഷ്യഭാവത്തിൽ) അതേടാ നിനക്കിപ്പോ ഓളെക്കൊണ്ട് പറയുമ്പം പ്രാന്തു വരും.

ശരത് : എന്നാപ്പിന്നെ നീ പറ... ഓളേടാ പോയിന്

(ഈ സമയം ഫോൺ പരിശോധിച്ചവർ എന്തോ കണ്ടുപിടിച്ച ആവേശത്തിൽ അവർക്കരികെയെത്തുന്നു.)

ജിതിൻ : കിട്ടിപ്പോയി.... ദാ നോക്ക് Reached... safe...

അക്ഷിത : ഓളെത്തീന്ന് ... സേഫാണുപോലും.

ജിതിൻ : സത്യം പറ ശീതൾ. ഓളെവിടെയാ എത്തിയത്..? നിനക്കറിയാം.

ശീതൾ : എനിയ്ക്കറിയില്ല. സത്യമായീട്ടും, ഓളെവിടെയാണെത്തിയതെന്ന് എനിയ്ക്കറിയില്ല....ഒരു യാത്ര പോകുന്നു എന്നു പറഞ്ഞിരുന്നു. എത്തിയാൽ മെസേജ് അയയ്ക്കാമെന്നും. എവിടെയാ പോയതെന്നോ എന്തിനാ പോയതെന്നോ എനിക്കറിയില്ല.

പ്രജിൻ : ഇതിപ്പം അതിലും വല്യ ചൊറയായി.

ശീതൾ : ഓളെ നിങ്ങൾക്കറിയില്ലേ. ഒന്നിനും ഒരു വ്യവസ്ഥയുമില്ല. ഓളുവരും. ചിലപ്പം ഒരു ചിരി ചിരിച്ചോണ്ട് കേറി വരും.

അക്ഷിത : എന്തായാലും ഇത്തവണ നാടകത്തിന് ഓളെ നോക്കണ്ടാന്ന് ഒറപ്പായി.

ശരത് : അല്ലേലും ഓൾക്ക് ഒരെല്ലു കൂടുതലാ.

ആതിര : ശരത്... കുറച്ച് മര്യാദയ്ക്കു സംസാരിക്കണം.

ശരത് : എന്താ ഇതില് മര്യാദകേട്...? പെങ്കുട്ട്യോളായാല്.

ആതിര : നിർത്തെടാ.. (ആതിര ശരതിനുനേരെ കയർത്തുകൊണ്ട്) എന്താ... എന്താടാ പൊങ്കുട്ട്യോളായാല്.

അർജുൻ : (ഇരുവർക്കും ഇടയ്ക്കുകയറി നിന്ന്) മതി മതി.. ഇനി ഇതുപിടിച്ച് നിങ്ങളുതമ്മില് വഴക്കുവേണ്ട. നിരഞ്ജന വന്നില്ലേലും ഓളു നമ്മുടെ കൂടെയുണ്ട് തൽക്കാലം ഒരു കഥ തപ്പി വേറെ എവിടേം പോണ്ട (കൈയ്യിലെ കടലാസുകൾ ഉയർത്തിക്കാട്ടി) അവളുടെ ഈ ഫെയ്സുബുക്ക് കുറിപ്പുകളെല്ലാംകൂടി പെറുക്കിക്കൂട്ടിയാൽ തന്നെ ഒരു നാടകമായി.

ശീതൾ : ഇന്ന് ലേറ്റായി അർജൻ... മൂഡും പോയി.

ഐശ്വര്യ : വൈകിച്ചെന്നാ ആ വാർഡന്റെ വായിലുള്ളതുംകൂടി കേൾക്കേണ്ടിവരും.

(ആതിരയും അർജുനുമൊഴികെയുള്ളവർ ഓരോരുത്തരായി പിരിയുന്നു.)

ആതിര : അർജുൻ. സത്യത്തിൽ നിരഞ്ജന എവിടെയാ പോയത്?

അർജുൻ : ആ എനിക്കറിയില്ല. ഓളു ചെലപ്പാ അങ്ങനെയൊക്കെയാ... ഒരു നാടകത്തിലൊതുങ്ങുന്നതൊന്നുമല്ല അവളുടെ ജീവിതം. (തെല്ലിട നിർത്തി കുറിപ്പുകൾ പരിശോധിക്കുന്നു.) തൽക്കാലം ഓളെ ക്യാരക്ടറു നീ ചെയ്യ്.

ആതിര : അയ്യോ ഞാനോ... അതു ശരിയാവ്വോ അർജുൻ?

അർജുൻ : കൊഴപ്പമില്ലാന്ന്. ചിലപ്പോൾ നമ്മളു തുടങ്ങുമ്പേഴേക്കും അവളിങ്ങെത്തും.... (കൈയ്യിലെ കുറിപ്പുകൾ അവളെ ഏല്പിക്കുന്നു.) ദാ.. ഇതൊക്കെ ഒന്നു വായിച്ചു നോക്ക്.... നല്ലതാ

(അർജുൻ പോകുന്നു.)

ആതിര : (സ്വയമെന്നോണം) നിരഞ്ജന... കേൾക്കാൻ നല്ല ഗൗരവമുള്ള ഒരു പേര്... പക്ഷേ എനിക്കറിയില്ല... ഞാൻ... എനിയ്ക്ക്...

(കുറിപ്പുകൾ പരതുന്നു. ഒരു കടലാസെടുത്ത് വായിക്കുന്നു.)

'ഇരട്ടയുടെ അറപ്പിയ്ക്കുന്ന അടുപ്പത്തേക്കാൾ എനിക്കിഷ്ടം ഒറ്റയുടെ ഒറ്റകളായാണ്.'

(പശ്ചാത്തലത്തിൽ ഈ ഈരടികൾ മുഴങ്ങവെ വെളിച്ചം അണയുന്നു.)

(വെളിച്ചം വരുമ്പോൾ വേദിയിൽ ചെറിയ മാറ്റങ്ങൾ പ്രകടമാണ്. ക്യാമ്പസിലെ വിദ്യാർത്ഥികളുടെ ഇരിപ്പിടം എന്നു തോന്നിയ്ക്കുന്ന ഏതാനും ദൃശ്യസൂചകങ്ങൾ. റിഹേഴ്സൽ നടക്കുന്നതായ സൂചന. ഒരു

ഉയർന്ന തലത്തിൽ വായനയിൽ മുഴുകിയിരിയ്ക്കുന്ന ആതിര (നിരഞ്ജന). ശരത് മൊബൈൽഫോണിൽ സംസാരിച്ചുകൊണ്ടു കടന്നു വരുന്നു. നിരഞ്ജനയെക്കണ്ടതും പെട്ടെന്നന് 'പിന്നെ വിളിയ്ക്കാം.' എന്ന് പതിയെ പറഞ്ഞ് ഫോൺ കട്ടാക്കി പതുങ്ങി അവൾക്കരികെയെത്തി അവളുടെ ചെവിയിൽ 'ഠോ' എന്ന് ശബ്ദമുണ്ടാക്കുന്നു.

നിരഞ്ജന : (സാവകാശം തിരിഞ്ഞ് പരിഹാസത്തോടെ) വല്ലാണ്ടങ്ങ് പേടിച്ചു പോയി.

ശരത് : (സങ്കോചം മറയ്ക്കാൻ പാടുപെട്ട്) മൂന്നാലു ദിവസായല്ലോ കണ്ടിട്ട്... പെണ്ണിന് തിരക്ക് വല്ലാണ്ടങ്ങ് കൂടുന്നുണ്ട്.

നിരഞ്ജന : എന്താ സ്റ്റുഡൻസായോണ്ട് നമുക്ക് തിരക്കൊന്നും പാടില്ലാന്നുണ്ടോ?

ശരത് : ഞാനൊരു ഉടക്കിനുവന്നതല്ലപ്പാ. ഈയിടെയായിട്ട് വാട്സാപ്പിലും ഫെയ്സുബുക്കിലുമൊന്നും കാണുന്നില്ല. അതുകൊണ്ടു ചോദിച്ചതാ.

നിരഞ്ജന : 24 മണിക്കൂറും ഇതിലു കുത്തിക്കൊണ്ടിരിയ്ക്കലല്ല എന്റെ പണി. ഒരു പുസ്തകം വായിയ്ക്കൂലാ... എന്തിന്... നേരാംവണ്ണം പത്രം കൂടി വായിയ്ക്കൂല്ല.

ശരത് : ഓ. പിന്നെ. പത്രം വായിച്ചാൽ വല്ലാണ്ടങ്ങ് വിവരംവയ്ക്കും.

നിരഞ്ജന : (എഴുന്നേൽക്കുന്നു.) ഞാൻ പോവ്വാ... ക്ലാസില് മാഷോട് തർക്കിച്ചു വഴക്കുണ്ടാക്കി ഇറങ്ങിയതാ. ഇവിടേം സ്വൈര്യം തരൂല്ലാന്നുവെച്ചാ...

ശരത് : ഏ.. പോവല്ലേ നിരഞ്ജനാ...

നിരഞ്ജന : നിനക്കെന്താ പറയാനുള്ളത്.

ശരത് : (ഒരു തരം വിമ്മിഷ്ടത്തോടെ) ഏയ് ഒന്നൂല്ലപ്പാ... നീയിപ്പം ഈ വാട്സാപ്പിലൊന്നും കേറലില്ലേ.

നിര : എന്താ ....?

ശരത് : അല്ല... എഫ്ബീല് മൂന്നാലു കവിത കണ്ടു എനിക്ക് വായിച്ചിട്ടൊന്നും മനസ്സിലായില്ല.

നിര : അത് നല്ലോണം വായിക്കാൻ പഠിയ്ക്കാത്തതിന്റെ കൊഴപ്പാ.

ശരത് : അത് വേണേൽ സമ്മതിയ്ക്കാം. എന്നാലും ഞാനയച്ച ഒരു പിക്സ് നീ കണ്ടൂന്നെനിയ്ക്കൊറപ്പാ... ബ്ലൂടിക് ഞാൻ കണ്ടു. സത്യം പറ നീ അത് കണ്ടില്ല... നിനക്കത് ഇഷ്ടായില്ലേ...

നിര : (രൂക്ഷമായി നോക്കിക്കൊണ്ട് ശരത്തിനരികെത്തുന്നു.) ഞാന

ത് കണ്ടോന്നല്ലേ നിനക്കറിയേണ്ടത് ? കണ്ടു. ഇനി എന്താ നിനക്കറിയേണ്ടത്.

ശരത് : (വിളറുന്നു.) അല്ല... ഞാനത്... നിരഞ്ജനാ..

നിര : എന്താ.... പടത്തിൽ കണ്ടത് ഒറിജിനലായിട്ട് കാണണം അല്ലേ... അതാണോ നിന്റെ ആഗ്രഹം.

(അവൾ അവന്റെ ഷർട്ടിന്റെ കോളറിൽ ചേർത്തു പിടിയ്ക്കുന്നു.) ആണോ?

ശരത് : നിരഞ്ജനാ... അത് ... ഞാൻ വെറുതെ ഒരു രസത്തിന്...

നിര : നിനക്ക് ഞാനത് കാണിച്ചുതരാം. (അവൾ തോളിൽക്കിടന്ന ബാഗെടുത്ത് ഒരിടത്ത് വച്ച് അവന്റെ നേരെ തിരിയുന്നു.) ധൈര്യമുണ്ടോ നിനക്കതു കാണാൻ.

(ശരത് 'ഇനിയെന്തുപറയേണ്ടു' എന്നറിയാതെ അന്ധാളിച്ചു നിൽക്കുമ്പോൾ കൈയ്യടിച്ചുകൊണ്ട് അർജുനും മറ്റുള്ളവരും കടന്നു വരുന്നു.)

അർജുൻ : വെൽഡൺ ആതിരാ... വെൽഡൺ

ശീതൾ : സൂപ്പർ ആതിരാ..

പ്രജിൻ : ഒരടിയുടെ കുറവില്ലേ.

ശീതൽ : ഹേയ്... അതൊക്കെ പഴഞ്ചൻ

ആതിര : (അപ്പോഴും പഴയ സ്തോഭത്തിൽത്തന്നെ) പിന്നെ... പിന്നെ ഞാനെന്താ വേണ്ടെ? മറ്റേ സിനിമേലെപോലെ ബാത്ത്റൂമിൽ കേറി ഒളിച്ചിരിയ്ക്കണോ? അമ്മയെ കൂട്ടീട്ടുവന്ന് അടിച്ചുകൊല്ലണോ?.

ശരത് : ഹേയ് അർജുൻ ഇവളെന്തൊക്കെയാ ഈ പറയുന്നെ?

ആതിര : പെണ്ണെന്നുവച്ചാ വെറും ഉടലുമാത്രമാണെന്നാ ഇവന്റെയൊക്കെ ധാരണ.

അർജുൻ : അതുകൊള്ളാം. ആ ഡയലോഗു വിടണ്ട

ദേവു : അർജുൻ... നമ്മളിപ്പോ വന്നില്ലായിരുന്നെങ്കില് ഇവള് വല്ല കുഴപ്പോം കാണിച്ചേനെ. ഇത്ര നാച്ചറലാവൂന്ന് കരുതിയില്ലാരുന്നൂട്ടോ ആതിര.

ശരത് : ദേ ആതിരേ... കാര്യമൊക്കെ ശരിയാ... നാടകത്തിലില്ലാത്ത ഡയലോഗു പറഞ്ഞാ ഞാനെന്റെ പാട്ടിനുപോകും.

ആതിര : സോറി ശരത്. ഞാനെന്തൊക്കെയോ ആയിപ്പോയി. സത്യത്തിൽ ഇങ്ങനെയൊക്കെയായിരുന്നോ നമ്മുടെ നിരഞ്ജന?

ശരത് : എനിയ്ക്ക് തോന്നുന്നില്ല. ഓളൊരു ശീലാവതിയാണു പറയാൻ ഞാനില്ല. നാടകത്തില് നിങ്ങള് എന്തു വേണേ പറഞ്ഞോ?

ദേവൂ : നിരഞ്ജനയേക്കുറിച്ച് ഞങ്ങള് കേട്ടിട്ടുള്ളത് ഇങ്ങനെയൊന്നു മല്ല. എത്രവട്ടം അവൾ ഹോസ്റ്റലീന്ന് മുങ്ങീട്ടുണ്ടെന്നറിയാമോ... എവി ടേയ്ക്കാന്നോ എന്തിനാണോ പറയാതെ.

അർജൻ : കാരണങ്ങളുണ്ടാവും. അത് ഓരോരുത്തരും ഓരോ രീതി യിൽ മനസ്സിലാക്കുന്നുവെന്നേയുള്ളൂ. ഇപ്പോൾ തന്നെ നിങ്ങൾ ഓളെ വല്ലാതെ തെറ്റിദ്ധരിച്ചു. നിരഞ്ജനയുടെ മനസ്സെന്തെന്നറിയാൻ ഇതാ ഈ കവിത ഒന്നു വായിച്ചാൽ മതി...

(എല്ലാവരും നിരഞ്ജനയുടെ കുറിപ്പിലേയ്ക്കു മുഖം കൊടുക്കുമ്പോൾ പശ്ചാത്തലത്തിൽ)

ഉടലുകൾ ഉടലുകൾ

ഉരുകിത്തിളയ്ക്കുന്ന ഉലയിലെ

അരിവാളിന്നരികുപോലെ

നിഴലിൻ നിറംപോൽ ഇരുണ്ടുപോകുന്നതും

പകലിൻ പകപോൽ തിളച്ചുകത്തുന്നതും

വിരലാൽ മുറിഞ്ഞതെൻ പേരല്ല

പൊരുളായിരുന്നു, അതൊർത്തില്ല നീ...

(കവിത സമാപിയ്ക്കുന്നതിനൊപ്പം വെളിച്ചമണയുകയും ചടുലതാള ത്തിലുള്ള ഒരു സിനിമാപ്പാട്ട് ആരംഭിക്കുകയും ചെയ്യുന്നു. വീണ്ടും പ്ര കാശം വ്യാപിയ്ക്കുമ്പോൾ അരങ്ങിൽ പാട്ടിനൊപ്പം വന്യമായ ചുവ ടുകളുമായി നൃത്തംചെയ്യുന്ന ഏതാനും പെൺകുട്ടികൾ. അതൊരു ഹോസ്റ്റൽ മുറിയാണെന്നു വ്യക്തമാകുന്നു. കതകിലാരോ മുട്ടിയെന്ന സംശയത്താൽ നൃത്തച്ചുവടുകൾ നില്ക്കുന്നു. രണ്ടുപേർ പുതപ്പിന്ന ടിയിലേക്കു നൂണ്ടുകേറുന്നു. ഒരാൾ മൊബൈലിലെ പാട്ട് ഓഫാക്കി ഓടിവന്നു കതകുതുറക്കുന്നു. കന്യാസ്ത്രീ വേഷമണിഞ്ഞ ഒരാൾ അകത്തേയ്ക്കു വരുന്നു.)

ശീതൾ : എന്താ സിസ്റ്റർ ഈ പാതിരാത്രീല്?

സിസ്റ്റർ : ഓഹോ. പാതിരാത്രിയായീന്ന് വല്ല ബോധോമുണ്ടോടീ നിന ക്കൊക്കെ?

ശീതൾ : ഞങ്ങള് പഠിച്ചിട്ട് ഇപ്പം കിടന്നതേയുള്ളൂ.

സിസ്റ്റർ : അപ്പോ എന്നതായിരുന്നെടീ ഇവിടെ വല്ലാത്തൊരു ബഹളം?

ശീതൾ : ആര് ഞങ്ങളോ...അത് അപ്രത്തെ മുറിയിലെങ്ങാനുമായിരിയ്ക്കും സിസ്റ്റർ.

(മൂടിപ്പുതച്ചുകിടക്കുന്നവരെ നിരീക്ഷിയ്ക്കുന്നു)

സിസ്റ്റർ : ഓ എല്ലാത്തിനും വല്ലാത്ത തണുപ്പാണല്ലോ. അവളെവിടെടീ. ആ കുരുത്തംകെട്ടവൾ

ശീതൾ : ആര്?

സിസ്റ്റർ : നിരഞ്ജന

ശീതൾ : അവളിവിടെയില്ല സിസ്റ്റർ

സിസ്റ്റർ : എന്നോടു കള്ളം പറയണ്ട (ഇതവളുതന്നെയായിരിയ്ക്കും. (ഒരു കട്ടിലിൽ മൂടിപ്പുതച്ചുകിടക്കുന്നവളുടെ പുതപ്പുഉയർത്തി മാറ്റാൻ നോക്കുന്നു.) ഓ ജീസസ് (മുഖം മറച്ച് തെല്ലുമാറി നിൽക്കുന്നു) സാത്താന്റെ സന്തതികളെ ... കർത്താവേ ഇവരോട് പൊറുക്കേണമേ... കാണിച്ചുതരാം എല്ലാത്തിനും. വേഗം എഴുന്നേറ്റ് തുണിയെടുത്തുടുക്കടീ അവളുമാരെ.

(ഐശ്വര്യ പുതപ്പോടുകൂടിത്തന്നെ എഴുന്നേറ്റുനിന്ന് അങ്ങുമിങ്ങും പരിഭ്രമത്തോടെ നടക്കുന്നു.)

എന്താടീ... നിനക്കു തുണിയുടുക്കാമ്മേലെ?

ഐശ്വര്യ : ഞാനീ മുറിയിലെ അല്ല സിസ്റ്റർ (പറഞ്ഞു തീർന്നതും ഒറ്റച്ചാട്ടത്തിന് മുറി തുറന്ന് പുറത്തേക്ക് പായുന്നു. മറ്റു രണ്ടുപേരും വെപ്രാളത്തോടെ വസ്ത്രങ്ങളെടുത്തു ധരിക്കുന്നു,)

സിസ്റ്റർ : നാളെ വീട്ടിപ്പോയി അപ്പച്ചനേം കൂട്ടി വന്നേച്ചാമതി,

('സിസ്റ്റർ' എന്ന വിളിയോടെ ഇരുവരും സിസ്റ്ററുടെ കാൽക്കൽ വീഴുന്നു.)

നോ... നോ എസ്ക്യൂസസ്..... കാലീന്നു വിടടീ അവളുമാരെ

(ഇരുവരും എഴുന്നേൽക്കാൻ തുനിയുമ്പോൾ നിരഞ്ജന കടന്നു വരുന്നു.) ഓ.. വന്നോ....? എവിടായിരുന്നെടീ ഇത്ര നേരം?

നിരഞ്ജന : (കൂസലില്ലാതെ) പറയുന്നത് വിശ്വസിയ്ക്കുമെങ്കിൽ പറയാം, ടെറസ്സിൽ.

സിസ്റ്റർ : സത്യം പറയെടീ... നീ വേറെയാരുടെയോ മുറിയിലായിരുന്നില്ലേ.

നിര : ഇതാ ഞാനാദ്യം പറഞ്ഞത് നിങ്ങളു വിശ്വസിയ്ക്കില്ലാന്ന്.

സിസ്റ്റർ : ആരാടീ ഈ നിങ്ങൾ ?

നിര : സിസ്റ്റർ... സിസ്റ്ററുതന്നെ. വെറുതെ ബഹുമാനം ചോദിച്ചു വാങ്ങല്ലേ സിസ്റ്റർ?

സിസ്റ്റർ : ആരായിരുന്നെടീ നിന്റെ കൂടെ ടെറസ്സിൽ?

നിര : ഞങ്ങളു കുറേ പേരുണ്ടായിരുന്നു. മുഴുത്ത ചന്ദ്രൻ കോടാനു കോടി നക്ഷത്രങ്ങൾ. പിന്നെ കൊറെ കൊതുകും ഞങ്ങളങ്ങനെ ചോറിഞ്ഞും തല്ലീം

(ശീതളും നിരഞ്ജ്ജനയും 'അയ്യോ സിസ്റ്ററെ കൊതുക്' എന്ന് പറഞ്ഞ് കൊതുകിനെ അടിച്ചുകളിയ്ക്കുന്നു.)

സിസ്റ്റർ : മതി. മതി. കളി എന്നോടുവേണ്ട. വെച്ചിട്ടുണ്ട്. ഞാനെല്ലാത്തിനും നാളെ അപ്പനേം കൂട്ടി വന്നേച്ചാ മതി.

നിര : അതിന് ഞാനെന്തു തെറ്റു ചെയ്തു?

സിസ്റ്റർ : സ്റ്റഡി ടൈമില് വെളീപ്പോയതിന്.

നിര : അതിന് ഞാൻ വെളിയിലൊന്നും പോയില്ലല്ലോ.

സിസ്റ്റർ : റൂമിന് വെളിയിൽ. അനുസരിയ്ക്കാൻ പറ്റാത്തവർക്ക് ഒഴിഞ്ഞുപാകാം.

(സിസ്റ്റർ പോകുന്നു.)

നിര : (ഒരു നേർത്ത ചിരിയോടെ)

മുറി..

മുറിയ്ക്കു പുറത്തു വരാന്ത

വരാന്തയ്ക്കപ്പുറം ഇരുമ്പുവാതിലുകൾ

അതിന്നുമപ്പുറം കുപ്പിച്ചിൽ പാകിയ കന്മതിൽ

മതിൽക്കെട്ടിനു വെളിയിലെങ്കിലും

എന്റെ ആകാശമേ

നിന്നെ എനിയ്ക്കു സ്വന്തമാക്കിക്കൂടെ.

(ശീതളും ദേവവും അതിൽ ലയിച്ചുനിൽക്കുമ്പോൾ അർജുനും സംഘവും കടന്നുവരുന്നു)

അർജുൻ : ആതിരാ... നമുക്കാ കവിതയൊന്നു റീവർക്ക് ചെയ്യണം.

ശീതൾ : മതിയെടാ ഇനി നാളെയാക്കാം.

(സിസ്റ്ററായി വേഷമിട്ട അക്ഷിത കടന്നു വരുന്നു.)

വാർഡൻ സിസ്റ്റർ ജോറായീട്ടുണ്ട്.

അക്ഷിത : ശരിയായയീനോടീ..

ദേവു : ഉം ഒരിത്തിരി ഉമ്മച്ചിച്ചൊവ....

അക്ഷിത : അതിനു ഞാനൊരു നസ്രാണിച്ചിയൊന്നും അല്ലല്ലോ.

ജിതിൻ : ഓളൊരു ഡയലോഗു മറന്നുപോയി.

അക്ഷിത : പോടാ പോടാ. ഇത് ഗേൾസ് ഹോസ്റ്റലാ.... നിനക്കെന്താ ഇവിടെ കാര്യം.?

ആതിര : അങ്ങനെ എല്ലാവരോടും വഴക്കുണ്ടാക്കുന്നവളല്ല നിരഞ്ജന.

ശരത് : ഓ അപ്പോ എന്നോട് വഴക്കുകൂടാം അല്ലേ. എന്നാലേ നക്ഷത്രങ്ങളോട് കിന്നരിയ്ക്കാനൊന്നുമല്ല ഓള് ടെറസ്സിൽ പോയത്. ചാറ്റ് ചെയ്യാനാ. പാതിരാത്രിയും പുലർച്ചെക്കും ഓൾടെ ഫോൺ എൻഗേജ്ഡായിരുന്നു.

ആതിര : ഓഹോ.. അപ്പോ നീയെന്തിനാ പാതിരാക്കും പുലർച്ചയ്ക്കും അവളുടെ ഫോണിൽ നൂണ്ടുകയറിയത്?

ശരത് :അത്... പിന്നെ....

അക്ഷിത : ഡിസ്കഷൻ... കണക്കിന്റെ പ്രോബ്ലം..!

ദേവു : അസൈൻമെന്റ് എഴുതിയോന്നു ചോദിയ്ക്കാൻ....!

ശരത് : ഓഹോ... അതുശരി.. അപ്പോ എല്ലാവരും ഓളെ പക്ഷത്താണല്ലേ, വെളഞ്ഞപെണ്ണാ അവള്. നിങ്ങക്കതു തിരിഞ്ഞിട്ടില്ല.

ആതി : ഛരീ നിർത്തെടാ... ഒരു പെണ്ണിന്റെ വെളവും മൂപ്പും കണ്ടെത്താൻ ഏതു പാതിരാത്രിയിലും പുലർച്ചക്കും നിനക്കവളെ വിളിച്ചുനോക്കാം അല്ലേ.

ശരത് : അർജുൻ... ഞാൻ പോവ്വാ.. തോന്ന്യവാസം കാട്ടുന്ന ഒരു പെണ്ണിന്റെ മഹാത്മ്യം പറഞ്ഞ് ഒരു നാടകമുണ്ടാക്കാൻ ഞാനില്ല. ഞാൻ പോകുന്നു. ഇനി ഈ വഴിക്കില്ല. (ശരത് പോകുന്നു)

ആതിര : പൊക്കോ... നിന്നെവേണ്ട. നീ ഈ നാടകം കളിയ്ക്കണ്ട പെണ്ണുങ്ങള് വഴിമാറി നടന്നാല് തോന്ന്യവാസം. ആണുങ്ങൾക്ക്....

അർജുൻ : ലീവ് ഇറ്റ് ആതിര. നീ ഇങ്ങനെ സക്രിപ്റ്റ് ഔട്ടായാൻ ആകെ കൊഴപ്പമാകും. ഇനി മതി നമുക്ക് നാളെ നോക്കാം.

(ശീതളും ആതിരയുമൊഴിച്ചുള്ളവർ പോകുന്നു.)

ശീതൾ : ആതിരാ... അവൻ പറഞ്ഞതിൽ ചെറിയ സത്യമുണ്ട്. ഞാൻ പലതവണ കണ്ടിട്ടുണ്ട് അവൾ ആരുമായോ ഫോണിൽ ഒരുപാടു നേരം... എന്തൊക്കെയോ പറച്ചില്..

ആതിര : ആരുമായിട്ടാ?

ശീതൾ : എത്രചോദിച്ചിട്ടും അവളതു പറഞ്ഞില്ല.

ആതിര : അവൾക്കാരെങ്കിലും... ബോയ്ഫ്രൺട്....?

ശീതൾ : പറച്ചിലിൽ നിന്നും അതൊന്നും ഊഹിയ്ക്കാൻ പറ്റിയിരുന്നില്ല, അവൾക്ക് ഭയങ്കര അടുപ്പമുള്ള ആരോ ആണെന്നു വേണം കരുതാൻ വലിയ വലിയ കാര്യങ്ങളാ പറഞ്ഞിരുന്നെ... നമ്മളൊന്നും പറയാത്ത.

ആതിര : ഒരു കളിയാട്ട് തുടങ്ങിയതാ നിരഞ്ജനയുടെ ഈ വേഷം. ഇതിപ്പം കളിവിട്ട് കാര്യമായിത്തുടങ്ങിയിരിക്കുന്നു.

ശീതൾ : നിരഞ്ജന ഇപ്പം എവിടെയായിരിയ്ക്കും ആതീ?

ആതിര : വീട്ടിലുണ്ടാവില്ലെന്ന് ഉറപ്പുണ്ടോ നിനക്ക്?

ശീതൾ : ഹും... വീട്... നിരഞ്ജനയുടെ വീട്!

(ഒരു സംഗീതത്തിന്റെ അകമ്പടിയാടെ വെളിച്ചം അണയുന്നു. പശ്ചാത്തലത്തിൽ ഒരു കവിത)

വീട്....

വീടിനു ശവപ്പെട്ടിയുടെ രൂപമാണ്

പുറത്ത് പൂക്കൾക്കൊണ്ട് അലങ്കരിച്ച്

അകത്ത് ചീഞ്ഞു നീറുന്ന ശവമുള്ള പെട്ടി.

(വീണ്ടും വെളിച്ചം വരുമ്പോൾ നിരഞ്ജനയുടെ വീടെന്നു ധ്വനിപ്പിയ്ക്കുന്ന രംഗക്രമീകരണങ്ങൾ മൊബൈൽ ഫോണിൽ ജിതിൻ (അച്ഛൻ) എന്തോ വായനയിലാണ്. മദ്യപിച്ചിട്ടുണ്ടെന്നു വ്യക്തമാകുംവിധം ഇഴഞ്ഞ സംഭാഷണങ്ങൾ) അയാൾ ഉച്ചത്തിൽ വായിക്കുന്നു.)

''മധുരത്തിന്റെ എല്ലാ സാധ്യതകളും

അടച്ചുകളഞ്ഞു

ഒരു തുണ്ടു ചെന്നിനായകം.''

(ദേവു അമ്മയുടെ വേഷത്തിൽ ഓഫീസിൽ നിന്നെന്നവണ്ണം കടന്നു വരുന്നു.)

അമ്മ : ഓ... മോന്തിയാവൂന്നേനു മുന്നേ തൊടങ്ങിയോ?

അച്ഛൻ : ചെന്നിനായകം തേച്ചപ്പോൾ ഓർക്കണായിരുന്നു.

അമ്മ : ഛി..

അച്ഛനു : ദാ വായിച്ചാസ്വദിയ്ക്ക്... മകളുടെ പുതിയ പോസ്റ്റ് ഇത്തവണ കുത്ത് നിനക്കിട്ടാ.

അമ്മ : എനിക്ക് കേക്കണ്ട. എൻട്രൻസ് എഴുതി കിട്ടീപ്പം മെഡിസിനു പോകുന്നില്ലാന്നവൾ വാശി പിടിച്ചു. നിങ്ങള് നിർബ്ബന്ധിച്ചിരുന്നേൽ അവള് സമ്മതിയ്ക്കില്ലായിരുന്നോ?

അച്ഛൻ : അതുകൊണ്ട് ഒരു ആത്മഹത്യ ഒഴിവായിക്കിട്ടി.

അമ്മ : ചത്തുപോകുകയായിരുന്നു ഇതിലും ഭേദം.

അച്ഛൻ : ഫോൺ സ്വിച്ച് ഓഫാക്കി വച്ചിരിയ്ക്കുവാ ഞാൻ. ആരേലും വിളിച്ചാല് പറയാനിനി മറുപടിയില്ല.

അമ്മ : പിടിച്ചുകെട്ടിയിടൂ കുറച്ചുനാൾ. അപ്പോ തനിയേ പഠിയ്ക്കും..

അച്ഛൻ :നടക്കൂല്ല മോളേ... ഇപ്പോഴത്തെ കുട്ടികളല്ലേ. പിന്നെ കുറച്ച് കവിതേടെ അസ്കിതേം.

അമ്മ : ഓളിപ്പം വരും. ദേ പിന്നേയ്... പറയുമ്പം കുറച്ച് സൂക്ഷിച്ച് പറയണം. നിങ്ങടെ പോലീസ് മുറ ഇവിടെ എടുക്കരുത്.

അച്ഛൻ : അടിച്ചു ഞാൻ മോന്തേടെ ഷേപ്പ് മാറ്റും.

അമ്മ : ഇതുതന്നെയാ നിങ്ങളെ കൊഴപ്പം

അച്ഛൻ : എന്ത്?

അമ്മ : വെട്ടൊന്ന്..... മുറി രണ്ട്.... മനുഷ്യന്മാരായാ കൊറച്ച് മയമൊക്കെ വേണം മനുഷ്യാ.

അച്ഛൻ : എന്നാ കൊണ്ടോയി താരാട്ടുപാടി ഒറക്ക്...

(ഈ സമയം ആകസ്മികമെന്നോണം നിരഞ്ജന വാതിൽക്കൽ പ്രത്യക്ഷപ്പെടുന്നു. തോളിൽ ഒന്നിലധികം ബാഗുകളുണ്ട്. അച്ഛനുമമ്മയും എന്തു പറയണമെന്നറിയാതെ കുഴങ്ങി ഒരിടത്തു ചെന്നിരിയ്ക്കുന്നു.)

നിരഞ്ജന : എന്താ രണ്ടാളും ഇങ്ങനെ ബ്ലിംഗസ്യാന്ന്..? എന്നെ വഴക്കു പറയാൻ പഠിച്ച ഡയലോഗൊക്കെ മറന്നോ... (ഇരുവരെയും മാറി മാറി നോക്കി പിന്നെ ഒരിടത്തിരിയ്ക്കുന്നു.)

അച്ഛനെ കൂട്ടീട്ടുവരാൻ പറഞ്ഞു. വാർഡൻ സിസ്റ്റർ അതിനുതക്ക തെറ്റൊന്നും ഞാൻ ചെയ്തിട്ടില്ലാന്നു തോന്നി. അതോണ്ട് ഇറങ്ങിപ്പോന്നു.

അച്ഛൻ : (സംയമനം പാലിച്ച്) എന്ത് വിഡ്ഢിത്തായിപ്പോയി മോളേ നീ ചെയ്തത്? അച്ഛൻ വന്ന് വാർഡനോടു സംസാരിയ്ക്കില്ലാരുന്നോ?

നിര : എന്തിന് ? കുറച്ചുനേരം ടെറസ്സിൽ പോയി ഇരുന്നതിനോ?

അമ്മ : എന്തിനാ ഈ അസമയത്ത് ടെറസ്സിലൊക്കെ പോയി ഇരിയ്ക്കുന്നത്?

നിര : ഓ... അമ്മയും ആ വാർഡൻ സിസ്റ്ററേപ്പോലെ സംസാരിയ്ക്കുകയാ അല്ലേ.

അച്ഛൻ : ഹോസ്റ്റലുകൾക്ക് അവരുടേതായ റൂൾസ് ഉണ്ട് അത് വയലേറ്റു ചെയ്താൽ...

നിര : ഞാൻ ഒരു റൂൾസും വയലേറ്റ് ചെയ്തില്ല. ഹോസ്റ്റലിന്റെ ടെറസ് മതിൽ കെട്ടിനു വെളിയിലൊന്നുമല്ല.

അച്ഛൻ : ഈ നിഷേധമാണ് പ്രോബ്ലം,

നിര : അനുസരിയ്ക്കണമെന്നു തോന്നുന്നതേ അനുസരിക്കൂ. അല്ലാത്തത്...

അമ്മ : അച്ഛനോടാണോടീ നിന്റെ തർക്കുത്തരം?

നിര : അമ്മ ഇതിലിടപെടണ്ട

അമ്മ : എന്താ ഇടപെട്ടാൽ, നാട്ടിലിറങ്ങി നടക്കാൻ വയ്യാണ്ടാവുകയാ..

നിര : എന്താ ആരേലും വഴി തടഞ്ഞോ?

അമ്മ : ഇതുവരെ കവിതേടെ രോഗായിരുന്നു. ഇപ്പെന്തൊക്കെയാ കേക്കണെ?

നിര : എന്താണ്?

അച്ഛൻ : നാട്ടില് നടക്കണ വേണ്ടാത്ത സമരങ്ങളിലൊക്കെ ഇപ്പോ നീയാണല്ലോ മുൻപന്തീല്..?

നിര : ഓ അപ്പ അതാണു കാര്യം... ഏത് സമരം,...? പറ ഏതു സമരമാ അമ്മേ... അച്ഛൻ പറ ഏതു സമരത്തിലാ....?

(ഇരുവരും മുഖം കൊടുക്കാതെ ഒഴിഞ്ഞു മാറുന്നു) നിങ്ങളെന്താ ആ സമരത്തിന്റെ പേരു പറയാത്തത്?

അച്ഛൻ : ഒരൊറ്റ വീക്കു വെച്ചുതന്നാലുണ്ടല്ലോ.

നിര : പറയൂ... നിങ്ങളത് പറയൂല്ല ഒരു നല്ല വാക്കുപോലും ചീത്തവാക്കായേ നിങ്ങൾക്കു തോന്നൂ.

അമ്മ : പത്രത്തിലും ടീവിലുമുണ്ടായിരുന്നു.

അച്ഛൻ : നാട്ടുകാരുടെ മുഴുവൻ മൊബൈൽ ഫോണിലും ഷേറുചെ

യ്യുന്നുണ്ട്.

അമ്മ : പുന്നാര മോൾടെ മോന്ത.

അച്ഛൻ : കൂടെ താടീം മുടീം നീട്ടിയ തെണ്ടികളും.

അമ്മ : നിനക്ക് തന്തേം തള്ളേം ഉണ്ട്.

അച്ഛൻ : നീ ആരാന്നാ നീ വിചാരിയ്ക്കുന്നെ...

(ഇരുവരുടെയും ശകാരവർഷങ്ങൾക്കിടയിൽ അവൾ തളർന്നിരിയ്ക്കുന്നു. കുറച്ചുനേരം മുഖംപൊത്തി കുനിഞ്ഞിരുന്നു. അവൾ സ്വബോധം നഷ്ടപ്പെട്ടെന്നവണ്ണം എഴുന്നേറ്റ് തന്റെ ബാഗുകളും മറ്റും ഓരോന്നായി വലിച്ചെറിയുന്നു. ഒരിടത്തിരുന്ന്)

നിര : ഞാനാരാന്നാ എനിയ്ക്കിപ്പം മനസ്സിലാവാത്തത്. പറയ്..... ഞാനാരാ... നിങ്ങളുടെ മകളോ... അതോ വെറും ഒരു പെണ്ണോ.... പറ.... പറ.... (മൗനം) ഒരു കയറിങ്ങെടുക്ക്... കെട്ട്... രണ്ടു കൈയ്യും കാലും കെട്ട്..... വരിഞ്ഞുമുറുക്കി കെട്ട്... അഴിഞ്ഞുപോകാത്തവിധം കെട്ട്.... കെട്ട്....

(വികാരത്തള്ളിച്ചയിൽ അവൾ വാടിത്തളർന്ന് വീഴുന്നു. നാടകമല്ലെന്ന് ബോധ്യപ്പെട്ട നടീ നടന്മാർ ഓടിയെത്തി അവളെ വാരിയെടുത്ത് ഉയർന്ന തലത്തിൽ കിടത്തുന്നു.)

ആതിര : (ക്ഷീണിച്ചസ്വരത്തിൽ) അർജുൻ... എനിയ്ക്കു കഴിയുന്നില്ലെടാ.... നിരഞ്ജനയുടെ വേഷമിട്ട് അഭിനയിക്കാൻ തുടങ്ങിയതു മുതൽ എന്റെ കോലം മാറ്വാ....ഞാൻ തന്നെ ആകെ മാറിപ്പോവ്വാ..

അർജുൻ : നമ്മളാരും പ്രതീക്ഷിച്ച പോലെയല്ല ഈ നാടകം മുന്നോട്ടു പോകുന്നത്. ആർക്കും പിടികൊടുക്കാത്ത മനസ്സായിരുന്നു നിരഞ്ജനയുടേത്.

ആതിര : എനിയ്ക്ക് പേടിയാവ്വാ അർജുൻ.... നമുക്കീ നാടകം നിർത്തീട്ട് അവളെ തിരഞ്ഞുപോയാലോ... ശരിയ്ക്കും അതല്ലേ വേണ്ടത്.

അർജുൻ : എവിടെ പോയി തെരയാൻ... ? അവളുടെ വീട്ടുകാരു ശ്രമിച്ചിട്ടുകൂടി നടക്കുന്നില്ല.... ആതിര നീ ഒന്നു റെഡിയാക്. പ്രജിൽ നമുക്ക് ആ പോലീസ് സ്റ്റേഷൻ സീൻ ചെയ്യാം. അതു നല്ല രസമുണ്ട്.

പ്രജിൻ : ആ സീൻ എങ്ങനെയാ ചെയ്യുക. ശരത് പോയില്ലേ... അവ നല്ലായിരുന്നോ സർക്കിൾ.

അർജുൻ : അവൻ പോട്ടെ. തൽക്കാലം ഞാൻ തന്നെ സർക്കിൾ.... ജിതിൻ ആ തൊപ്പീം വടിയുമൊക്കെയെടുക്ക്.

(എല്ലാവരും തയ്യാറാവുന്നു. ചില ചെറിയ രംഗക്രമീകരണങ്ങൾ മാത്രം.... പെട്ടെന്ന് ഒട്ടും പ്രതീക്ഷിക്കാത്ത ഒരു ആദിവാസി നൃത്തത്തിന്റെ

രൗദ്രതാളം കേട്ടു തുടങ്ങുന്നു.)

അർജുൻ : ഹെയ്. ഇതെന്താ ജിതിൻ ?

ജിതിൻ : ഇതല്ലേ മ്യൂസിക്. ആദിവാസി സമരത്തീന്നല്ലേ തുടക്കം.

അർജുൻ : ഓ.... അപ്പോ നിനക്ക് വിവരംവെച്ചു. എന്നാപ്പിന്നെ അതിന്റെ ഒരു വിഷ്വലും കൂടിയാവട്ടെ. എവരി ബഡി ഗെറ്റ് റെഡി.... ആതിര നീയും ചെല്ല്.

ആതിര : ഞാൻ വേണോ അർജുൻ

അർജുൻ : വേണം. നിരഞ്ജന ഈ സമരത്തിന്റെ മുൻപന്തിയിൽത ന്നെയുണ്ടായിരുന്നു.

(ആദിവാസികളുടെ പരമ്പരാഗത വേഷം ധരിച്ച നടീനടന്മാർ ചുവടു വെയ്പുകളുമായി അരങ്ങിലെത്തി പിൻവാങ്ങുന്നു. ഒപ്പം പോലീസ്സ്റ്റേഷൻ രൂപപ്പെടുന്നു. അർജുൻ സർക്കിളിന്റെ വേഷത്തിൽ മധ്യഭാഗത്ത് കസേരയിൽ ഇരിയ്ക്കുന്നു.

ഐശ്വര്യ : (പോലീസ് വേഷം) സർ.... അവൾ വന്നിട്ടുണ്ട്.

അർജുൻ : ഉം.... വരാൻ പറ.

(ഐശ്വര്യ പിൻവാങ്ങി) അക്ഷിത (പോലീസ് വേഷം)യോടൊപ്പം നിരഞ്ജനയേയും കൂട്ടി മടങ്ങിയെത്തുന്നു.

നമസ്കാരം... ഇരുന്നാട്ടെ... പുതിയ കാലത്തെ പോലീസ് ഇങ്ങനെ യൊക്കെയാണ് കൊച്ചേ.... വെറും കിളുന്താണല്ലോ.....

നിരഞ്ജന : വിളിച്ച കാര്യം പറയണം.

അർജുൻ : അയ്യോ... വല്ലാണ്ട് തിരക്കുണ്ടോ... അത് പറ്റില്ലാല്ലോ..... നിന്നേക്കുറിച്ച് ചില ഇന്റലിജൻസ് റിപ്പോർട്ട് ഒക്കെയുണ്ട്. വിശദാംശ ങ്ങളറിയാനാ വിളിച്ചത്.

നിരഞ്ജന : മുന്നിലും പിന്നിലും വാലും തലേമൊന്നുമില്ലെടീ.

പ്രജിൻ : തന്തേം തള്ളേം ഇല്ലേന്ന്.

ഐശ്വര്യ : ഇല്ലായിരിയ്ക്കും സാർ... ഉണ്ടേല് പെൺപിള്ളാരെ ഇങ്ങനെ കയറൂരിവിടുമോ?

നിര : നിങ്ങളിൽനിന്ന് ഒരൽപം മാന്യത ഞാൻ പ്രതീക്ഷിയ്ക്കുന്നു.

ഐശ്വര്യ : സർക്കിളിനോടാണോടീ തട്ടിക്കയറുന്നത്?

നിരഞ്ജന : ഞാനെന്താ തട്ടിക്കയറീത്?

അക്ഷിത : ഇത് സെക്രട്ടേറിയറ്റ് നടയല്ല. പോലീസ്സ്റ്റേഷനാ.

പ്രജിൻ : ദേ കൊച്ചേ... ചോദിയ്ക്കുന്ന ചോദ്യങ്ങൾക്ക് മര്യാദയ്ക്കുത്തരം പറഞ്ഞാൽ തടി കേടാവില്ല.

അർജുൻ : കൂൾ ഡൗൺ... നിരഞ്ജന... ഞങ്ങൾ പോലീസുകാർ എന്തിനാ ഈ ഫെയ്സുബുക്കു കഥേം കവിതേമൊക്കെ വായിയ്ക്കുന്നത്?

നിര : നിങ്ങളെന്തിനാ അതൊക്കെ വായിക്കുന്നതെന്ന് നിങ്ങൾക്കല്ലേ അറിയൂ.

അക്ഷിത : ഞങ്ങൾക്കെന്താ കവിതേം സാഹിത്യോമൊന്നും മനസ്സിലാവൂല്ലാന്ന് കരുതിയോടീ നീയ്.

അർജുൻ : (ഒരു കടലാസെടുത്ത് വായിക്കുന്നു)

കത്തികൾ രാകി മൂർച്ച കൂട്ടേണ്ടുതുണ്ട്. കവർച്ചക്കാർ നാടാകെ പെരുകുവോളം.

പ്രിജിൻ : ആരാടി കവർച്ചക്കാര്.

അർജുൻ : (മറ്റൊരു കുറിപ്പെടുക്കുന്നു.) ഇതൊരു ന്യൂജൻ കവിത പോലുണ്ട്.

അക്ഷിത : എല്ലാ സമരമാണ്

നിൽപ്പും ഇരുപ്പും നടപ്പും

കിടപ്പും കുതിപ്പും കിതപ്പും

(ഇടക്ക്) നല്ല പ്രാസമുണ്ടല്ലോടീ?

വാക്കും മൗനവും സമരമാണ്

പ്രണയവും മരണവും സമരമാണ്

അർജുൻ : ഓ... എനിയ്ക്കങ്ങു രോമാഞ്ചം വരുന്നൂ കേട്ടോ. ഇതൊക്കെ ലവന്മാരുടെ മുദ്രവാക്യങ്ങളല്ലേടീ.

പ്രജിൻ : പറയെടീ.... നീ മാവോയിസ്റ്റല്ലേ.

നിര : (ഉച്ചത്തിൽ ചിരിയ്ക്കുന്നു)

പ്രജിൻ : അങ്ങോട്ട് വൃത്തിയായീട്ട് ചോദിയ്ക്ക് സിസ്റ്റേഴ്സ്

ഐശ്വര്യ : ഇങ്ങോട്ടു നടക്കെടീ...

അർജുൻ : ഇവിടെവെച്ച് ഭേദ്യം വേണ്ട. ഇവളുമാരെയൊന്നും നമ്പാൻ മേല, ദേഹത്തുവല്ലക്യാമറയും ഒളിപ്പിച്ചുവച്ചിട്ടുണ്ടാവും.

പ്രജിൻ : ഉള്ളിലോട്ടു കൊണ്ടുപോ സിസ്റ്റേഴ്സ്.

(അക്ഷിതയും ഐശ്വര്യയും നിരഞ്ജനയുമായി അകത്തേയ്ക്ക്)

പ്രജിൻ : ഇതുകൊണ്ട് അടങ്ങിക്കൊളും സാർ. ഇനി വീട്ടിന്നു പുറത്തിറങ്ങില്ല.

അർജുൻ : താൻ ആ കുറിപ്പടി തയ്യാറാക്കിയോ

ജിതിൻ : എഴുതീട്ടുണ്ട്

(നിരഞ്ജനയുമായി അക്ഷിതയും ഐശ്വര്യയും തിരിച്ചെത്തുന്നു.)

അർജുൻ : വായിച്ചു കേൾപ്പിയ്ക്കെടോ.

ജിതിൽ : (വായന) നവമാധ്യമങ്ങളായ വാട്സ്ആപ്പ്, ഫെയ്സുബുക്ക് മുതലായവയിൽ ഇനിമേലാൽ മൗലീകവാദവും ത്രീവ്രവാദവും വളർത്തുന്നതുമായ യാതൊരു കവിതകളും കുറിപ്പുകളും എഴുതി പോസ്റ്റ് ചെയ്യില്ല എന്ന് ഇതിനാൽ സത്യം ചെയ്യുന്നു.

ഒപ്പ്

ഒപ്പിടെടീ....

(നിരഞ്ജന വിസമ്മതിയ്ക്കുമ്പോൾ അവളെ മർദ്ദിയ്ക്കുന്നു)

നീയിനി കവിതയെഴുതുമോടീ..

നാണം കെട്ട സമരങ്ങളിലൊക്കെ പങ്കെടുക്കുമോടീ.

(മർദ്ദനം തുടരുമ്പോൾ ശീതൾ ഓടിയെത്തുന്നു.)

ശീതൾ : മതി... ഒന്നു നിർത്തുന്നുണ്ടോ? സഹിയ്ക്കാൻ പറ്റുന്നില്ല. ഇങ്ങനെയൊക്കെ അടികിട്ടിയുണ്ടാവുമോ നമ്മുടെ നിരഞ്ജനയ്ക്ക്?

അർജുൻ : ഹെ... ശീതളെ.... നമ്മള് നാടകം കളിച്ചതല്ലെ.

ശീതൾ : വേണ്ട... ഈ നാടകം വേണ്ട...

ജിതിൻ : ഇതു വല്ലാത്ത പൊല്ലാപ്പായല്ലോ.

അക്ഷിത : ഒപ്പിട്ടുകൊടുത്തിട്ടുണ്ടാവും. പിന്നെ നാട്ടുവിട്ടതാവും.

ഐശ്വര്യ : ചിലപ്പോ കൊന്നിട്ടുണ്ടാവും.

ആതിര : അങ്ങനെ ചാവുന്നവളല്ല നിരഞ്ജന, ഇരട്ടച്ചങ്കുള്ള പെണ്ണാ ഞാൻ പറ... അടുത്ത ഡയലോഗു പറ... അർജുൻ.

അർജുൻ : അതാണല്ലോ പ്രശ്നം. (തൊപ്പിയും വടിയുമപേക്ഷിച്ച് ഒരിടത്തുപോയിരിയ്ക്കുന്നു.)

എല്ലാവരും : എന്താ.

അർജുൻ : എഴുതികിട്ടിയ കുറിപ്പിൽ ഇത്രേയുള്ളൂ. ഇനിയെങ്ങോട്ടാ

പോകേണ്ടതെന്ന് ഒരു പിടിയുമില്ല.

അക്ഷിത : നീയല്ലേ പറഞ്ഞത്... നമ്മളീ നാടകം കളിച്ച് പകുതിയാവുമ്പോളേയ്ക്ക് അവളിങ്ങെത്തുമെന്ന്.

ഐശ്വര്യ : നാടകം കളിച്ച് കളിച്ച് നമ്മളും ഇപ്പം ഒരു സമരത്തിൽ പങ്കെടുത്തപോലായി.

പ്രജിൻ : എനിയ്ക്കാദ്യേ തോന്നിയിരുന്നു, ഈ നാടകം ക്ലച്ച് പിടിയ്ക്കില്ലാന്ന്.

ഐശ്വര്യ : തുടങ്ങുമ്പോഴെന്തൊക്കെയായിരുന്നു. ആവേശം ഇപ്പെന്തായെടാ.

ജിതിൻ : വെറുതെ സമയം കളയാനായിട്ട് ഓരോരുത്തന്മാര്

അക്ഷിത : നിരഞ്ജന... സമരം... പോലീസ്... നാടകം... ഓന്റെ മാങ്ങാത്തൊലി.

പ്രജിൻ : ഒപ്പനക്കുകൂടിയാമതിയാരുന്നു. ഇപ്പം നാടകോംമില്ല ഗ്രേസ്മാർക്കും ഇല്ല.

ജിതിൻ : ഞാനൊരു ഹൊറർ മ്യൂസിക്കിട്ടപ്പോ എന്തായിരുന്നു അവന്റെ പുച്ഛം.

അക്ഷിത : നമ്മുടെ ഭാഷേല് നമ്മുടെ നാടകം.

പ്രജീൻ : ഉണ്ട... വാടാ... വീട്ടിപ്പോവാ.

(തങ്ങളുടെ ബാഗും മറ്റു സാധനങ്ങനളും എടുക്കുന്നതിനായി അവർ അകത്തേയ്ക്കു പോകുന്നു. ആതിരയും അർജുനും എന്തു ചെയ്യണമെന്നറിയാതെ വിഷണ്ണരായി ഇരിയ്ക്കുന്നു. പുറത്തുനിന്നും ശരത് കടന്നുവരുന്നു)

ശരത് : അല്ല എവിടെപ്പോയി എല്ലാവരും?

(ഇരുവരും മൗനം) അകത്തുനിന്നും മറ്റുള്ളവർ കടന്നുവരുന്നു) ഓ.... നിങ്ങൾ അകത്തുണ്ടായിരുന്നോ?

പ്രജിൻ : ഈ നാടകം നിർത്തി.

ശരത് : പോകാൻ വരട്ടെ. ഈ നാടകം നിർത്തീതേതായാലും നന്നായി. ഒരു പുതിയ വിവരമുണ്ട് ഫൈനൽ ആർട്സ് സെക്രട്ടറി വരുന്നു. ഫണ്ടൊക്കെ ശരിയായി.

(മറ്റുള്ളവർക്കു ആഹ്ലാദം)

നമ്മൾ ഈ നാടകം ഒന്നു മാറ്റിച്ചെയ്യുവാ...

ആതിര : (ദേഷ്യത്തിൽ) അതാരാ തീരുമാനിച്ചത്.

ശരത് : തീരുമാനം ആരുടേതെങ്കിലും ആവട്ടെ. ഒരു ഒന്നാന്തരം സ്കൂൾ ഓഫ് ഡ്രാമ സംവിധായകനേം കിട്ടീട്ടുണ്ട്.

(കുട്ടികൾ തുള്ളിച്ചാടുന്നു.)

കോളേജിന്റെ പേരില് ഇങ്ങനൊരു നാടകം വേണ്ടാന്നു പ്രിൻസിപ്പാളും പറഞ്ഞു.

പ്രജിൻ : അതേതായാലും നന്നായി. ഇമ്മാതിരി രാഷ്ട്രീയ നാടകങ്ങളൊന്നും മത്സരത്തില് ശരിയാവൂല്ല.

ജിതിൻ : ഇത് മുഴുവൻ രാഷ്ട്രീയമാണ്.

അക്ഷിത : ഇതു കളിച്ചാല് ചെലപ്പാ നമ്മളും ആ നിരഞ്ജനേനെപ്പോലെ കുടുങ്ങിപ്പോകും.

ഐശ്വര്യ : വേണ്ട. അർജുൻ. നമുക്കീ നാടകം വേണ്ട. വീട്ടിന്നും ഹോസ്റ്റലീന്നുമൊക്കെ പൊറത്താവുന്ന ഈ നാടകം വേണ്ട.

പ്രജിൻ : ഈ പ്രായത്തില് ഇത്ര ഗൗരവം വേണ്ട

ജിതിൽ : നമ്മളു കുട്ടികളല്ലേ.

ശരത് : എല്ലാവരും വാ. പുതിയ ഡയറക്ടറ് നമ്മളെ കാത്തിരിയ്ക്കുന്നുണ്ട്.

(കുട്ടികൾ ഓരോരുത്തരായി നടന്നു തുടങ്ങുന്നു.)

അക്ഷിത : ആതിരേ നീയും വാ.... നല്ല നടിയല്ലേ നീയ്. ബെസ്റ്റ് ആക്ട്രസ് ഒറപ്പാ... വാ..

(ആതിരയുടെ രോഷം കലർന്ന നോട്ടത്തിനു മുൻപിൽ പകച്ച് അക്ഷിതയും രംഗം ഒഴിയുന്നു.)

അർജുൻ : ചെറ്റകളാ.... വെറും ചെറ്റകള്... ഞാൻപോകാ... ആതിരാ.. നാടകോം വേണ്ട ഒരു കുന്തോം വേണ്ട.... (കൈയ്യിലെ കടലാസുകഷ്ണങ്ങൾ വലിച്ചെറിയുന്നു) ഐയാം സോറി നിരഞ്ജന... സോറി ആതിരാ....

(അർജുൻ പോകുന്നു. ആതിര തെല്ലിട അനങ്ങാതിരുന്നു. പിന്നീട് സാവകാശം എഴുന്നേറ്റ് അങ്ങിങ്ങായി ചിതറിക്കിടക്കുന്ന കടലാസുകഷ്ണങ്ങൾ പെറുക്കിയെടുക്കുന്നു. ഒരു കടലാസിൽ അവൾ വായിക്കുന്നു.)

ഒന്നും ഒന്നിനോടും സമരസപ്പെടാതിരിയ്ക്കുക.

സമരമില്ലാത്ത സമരസങ്ങൾ

വെറും രസങ്ങൾ മാത്രമാണ്.

നമുക്ക് വേണ്ടത് രസങ്ങളുടെ രസതന്ത്രമല്ല

കോർത്ത കൈവിരലുകൾക്കിടയിലെ

കൂട്ടം ചൂടുമാണ്.

(എന്തോ തീരുമാനിച്ചുറച്ചെന്നവണ്ണം ആതിര പെട്ടെന്ന് നിരഞ്ജനയുടെ വേഷമെടുത്തണിഞ്ഞ് രംഗമധ്യത്തിൽ ശിരസ്സുയർത്തി നിൽക്കുന്നു.)

ആതിര : ഞാൻ നിരഞ്ജന. ഭാവിയെന്തെന്നറിയാത്ത ഒരുപാടു സമരമുഖങ്ങളിൽ തോറ്റും ജയിച്ചും മുന്നോട്ടുപോകുന്നവൾ. കൂട്ടംവിട്ടുപോയ കുട്ടുകാർ. ഞാൻ കാത്തിരിയ്ക്കുന്നു, ഈ അരങ്ങും.

(ഇരിയ്ക്കുന്നു രംഗം ഇരുളുമ്പോൾ പ്രാരംഭത്തിൽ കേട്ട കവിത– 'എല്ലാവരും പോകേണ്ട വഴി...' കേട്ടുതുടങ്ങുന്നു.)

■ ■

2013 ലെ കണ്ണൂർ സർവ്വകലാശാലാ യൂണിയൻ കലോത്സവത്തിൽ മികച്ച അവതരണത്തിനുള്ള രണ്ടാം സ്ഥാനം കരസ്ഥമാക്കിയ ഈ നാടകം അക്കാലത്തെ പത്രവാർത്തകളിൽ സജീവമായി ചർച്ച ചെയ്തിരുന്ന ചില വിഷയങ്ങളിൽനിന്നും പ്രേരണ സ്വീകരിച്ചുകൊണ്ടെഴുതിയതാണ്. സ്വന്തം പിതാവുതന്നെ പുത്രിയെ വില്പനച്ചരക്കാക്കി മാറ്റി നാടെങ്ങും ആവശ്യക്കാർക്ക് പണയം വെച്ചുകൊണ്ടിരുന്നുവെന്നെ വാർത്ത ഞെട്ടലോടുകൂടിയാണ് കേരളീയ സമൂഹം ശ്രദ്ധിച്ചത്. കണ്ണൂരിലെ നെയ്ത്തുഗ്രാമങ്ങളിലെ നെയ്ത്തു തെഴിലിന്റെ കമ്പോള സാധ്യത തകർന്നതിനേത്തുടർന്നുണ്ടായ അരക്ഷിതാവസ്ഥയുടെ പശ്ചാത്തലത്തിൽ ശ്രീമതി സാറാജോസഫിന്റെ 'പാപത്തറ' എന്ന ചെറുകഥയിൽനിന്നും കൂടി പ്രേരണ സ്വീകരിച്ചാണ് 'നെയ്ത്തുകാലം' എഴുതിയത്.

നെയ്ത്തുകാലം

ഈറ്റില്ലം... അരങ്ങിൽ അരണ്ട വെളിച്ചം മാത്രം. ഉയർന്ന തലത്തിൽ മൂളിയും ഞരങ്ങിയും കിടക്കുന്ന ഒരു സ്ത്രീയുടെ നിഴൽ രൂപം. ഇടയ്ക്കിടെ അവളുടെ കാലുകൾ ഉയരുകയും താഴുകയും ചെയ്യുന്നുണ്ട്. കൈയ്യിൽ മരുന്നുപാത്രവുമായി വയറ്റാട്ടി മുത്തു വേടത്തി പ്രവേശിക്കുന്നു.

(പുറത്തുനിന്നും ഒരു സ്ത്രീ ശബ്ദം)

സ്ത്രീ : ഈറ്റുനോവന്നെയല്ലെ മുത്തുവേടത്തീ...?

മുത്തു : ആയിട്ടില്ലാന്ന്.... നിങ്ങളെല്ലാവരുംകൂടി ഇങ്ങനെ തെരക്കാക്കണ്ട... ഞാൻ പേറടുക്കണെങ്കില് ഈട ഒരാൾടേം ചെത്തം കേക്കറ്.

(അവർ ലച്മീടെ കാൽചുവട്ടിലിരുന്ന് ചില ക്രിയകളിലേയ്ക്ക്)

ലച്ച്മി : ഇത്തവണേം പെണ്ണന്നേ ആവുള്ളു.... എനിക്കൊറപ്പാ..... (മുത്തുവേടത്തി വിചിത്രമായ ശബ്ദത്തിൽ ചിരിയ്ക്കുന്നു.) ഒന്നു നിർത്തണ്ണ്ടോ ഈ കൊലച്ചിരി! ഞാൻ പെറ്റ പെങ്കുട്ട്യോൾടെ ഒക്കെ കഥ കഴിയ്ക്കാൻ ഓറ്ക്ക് കൂട്ടുനിന്നത് നിങ്ങള് തന്നല്ലേ.....

മുത്തു : ഇന്റെ പുര്യോന് വേണ്ടാത്തത് ഇനിക്കെന്തിനാടീ....

(ലച്ച്മി കൈകാലിട്ടടിച്ചു നിലവിളിക്കുന്നു.. അവൾ മുത്തുവേടത്തിയുമായി യുദ്ധത്തിനൊരുങ്ങുകയാണ്.)

അടങ്ങിക്കെടാ പെണ്ണേ....

(ലച്ച്മിയുടെ നിർത്താത്ത നിലവിളിയും ശീൽക്കാരങ്ങളും മുത്തുവേടത്തിയുടെ ഉഗ്രശാസനകളും ഉച്ചസ്ഥായിലെത്തുമ്പോൾ അവിടെ വെളിച്ചം അണയുന്നു.)

ഉരപ്പുര ; കൊച്ചുനാരായണനും അമ്മയും ഒരു ആട്ടുകല്ലിന്നരികിലിരുന്ന് മരുന്നരയ്ക്കുകയാണ്. മരുന്നരയ്ക്കുന്ന താളത്തിൽ കൊച്ചുനാരായന്റെ ഉന്മാദത്തോടെയുള്ള തെറിവിളി.

കൊച്ചു : പെണ്ണിനെപെറണ കൊടിച്ചിയേ, ഒച്ചണ്ടാക്കാണ്ടാടെ ഇരുന്നോ.

അമ്മ : നീ കലമ്പല്ലടാ കൊച്ചുനാരായണാ... ഇത്തവണ ആണായിരിക്കും... ഓടെ വയറുകണ്ടിറ്റ് എനക്കങ്ങെനെയാ തോന്നുന്നേ....

കൊച്ചു : അല്ലേല്.... ആ കൊടിച്ചി വിവരമറിയും. നല്ല ചൊണയുള്ള ആങ്കുട്ട്യോളെ പെറടീ. ഇല്ലെങ്കീ കംസനാം ഞാൻ... കംസൻ... ഈ പൂമീല് പെണ്ണുങ്ങളേക്കൊണ്ടെന്താ കാര്യം....?

അമ്മ : ഓ.... ഒന്നു നിർത്തടാ കാലമാടാ... നിന്നെ പെറ്റതു ഞാനാ... അറിയ്യോ നെനക്ക്?

കൊച്ചു: അതല്ലേ ഈ ഞാനിങ്ങനെ ഒരാണായിട്ടിങ്ങനെ പൊളയണെ.... ഓളോട് പറ... ആങ്കൂട്ടീനെ പെറാൻ (അകത്തേയ്ക്കുനോക്കി) ആണിനെ പെറടീ കൊടിച്ചിപ്പെണ്ണേ (രൗദ്രതാളത്തിൽ ആട്ടുകല്ലിൽ അയാൾ കറങ്ങിയാടി അര തുടരുന്നു, ഒരുപാടു കുഞ്ഞുങ്ങളുടെ, ദീനവിലാപങ്ങളുയരുന്നു. വെളിച്ചം മങ്ങുന്നു.)

തറ : കൂട്ടം കൂടിയിരുന്ന് നൂലിഴകൾ പിന്നിയിടുന്ന ഏതാനും സ്ത്രീകൾ.

സ്ത്രീ-1 : ആട്ടെ പേറു മുറുകുന്നുണ്ട് ഒപ്പം, കൊച്ചുനാരായണന്റെ ഒറയലും.

സ്ത്രീ-2 : പെങ്കുട്ട്യായാൽ അയിനെ ഓൻ കാളിയ്ക്ക് കൊടുക്കും.

സ്ത്രീ-3 : പെങ്കുട്ട്യോളെ പോറ്റാൻ ഓനെന്താ ഇത്ര ബേജാറ്

സ്ത്രീ-4 : തറേപ്പണിക്കാരി പെണ്ണുങ്ങൾക്ക് ആമ്പിറന്നവന്മാർടെ ചവിട്ടും കുത്തും ഒക്കെതന്നെയല്ലേ തലേവര.

സ്ത്രീ-1 : ലച്ച്മി പെറുമ്പം പെറുമ്പം പെണ്ണാവുന്നത് ഓളെ കൊയപ്പം കൊണ്ടാ?

സ്ത്രീ-2 : പണിയെടുക്ക് പെണ്ണുങ്ങളെ നേരം പോണ്.

(നൂലിഴകളുടെ ഇളകിയാടലിൽ ഒരു കുഞ്ഞിന്റെ കരച്ചിൽ... ആകാംക്ഷ നിറഞ്ഞ കണ്ണുകളോടെ അവർ ഈറ്റില്ലത്തിലേയ്ക്ക് നോക്കുമ്പോൾ

അവിടെ വെളിച്ചം കെടുന്നു.)

വീണ്ടും ഈറ്റില്ലം. ലച്ച്മിയുടെ പ്രസവം കഴിഞ്ഞിരിയ്ക്കുന്നു. കുഞ്ഞിനെ തുടച്ച് തോർത്തിയെടുക്കുന്ന വയറ്റാട്ടി. ആലസ്യത്തിൽ നിന്നും ഉണർന്ന ലച്ച്മി. അവൾ കുഞ്ഞിനെ കൈയ്യിൽ തരാൻ മുത്തു വേടത്തിയോട് ആംഗ്യം കാണിയ്ക്കുന്നു.

മുത്തു : ഇത്തവണേം പതിവു തെറ്റീറ്റില്ല,

ലച്ച്മി : മുത്തുവേട്ടത്തി; ന്നോടിത്തിരി കനിവൊണ്ടെങ്കില് അയിനെ കൊല്ലാൻ കൊടുക്കറ്.

(അവർ രൂക്ഷമായി അവളെ നോക്കുന്നു.)

ഒന്ന്.. ഒറ്റഒരിയ്ക്കല് ഇങ്ങളതിന്റെ മൊകത്തേയ്ക്ക് ഒന്നു നോക്ക്... കൊല്ലിക്കറ്, ആരെങ്കിലും കൊണ്ടോയി വളർത്തിക്കോട്ടെ.... ഏതെ ങ്കിലും ഒരു നാട്ടിൽ... പെണ്ണുപൂക്കുന്ന ഏതെങ്കിലും ഒരു നാട്ടിൽ... ന്റെ മോള്.

(പുറത്തുനിന്നും ആളുകൾ അകത്തേയ്ക്ക് വരുന്നതിന്റെ സൂചന. ലച്ച്മി കൈകൂപ്പി യാചിച്ചു നിൽക്കുകയാണ്. കുഞ്ഞ് ഉച്ചത്തിൽ കരയാൻ തുടങ്ങവെ ഒരു ഉൾവിളിയാലെന്നവണ്ണം അവൾ അതിന്റെ വായ മൂടുന്നു.?

(കൊച്ചുനാരായണനും സംഘവും അകത്തേയ്ക്ക് വരുന്നു. അവരുടെ ദൃഷ്ടികൾ കുഞ്ഞിന്റെ മേലാണ്.)

മുത്തു : വേണ്ട... നോക്കണ്ട... ചാപിള്ളയാടാ... കുപ്പത്തൊടീലിടണ്ട-ഞാൻ കൊണ്ടെക്കളഞ്ഞോളം.

(അവർ ധൃതിയിൽ പുറത്തേയ്ക്കു പോകുന്നു. അത് നോക്കിനിൽക്കുന്ന ലച്ച്മി... ഇരുൾ

മലയാളത്തിന്റെ പ്രിയപ്പെട്ട എഴുത്തുകാരി ശ്രീമതി 'സാറാ ജോസഫിന്റെ പാപത്തറ'യിൽ പിറന്നു വീണ പെൺകുഞ്ഞിന് ഇവിടെ ഒരു പുനർജന്മം വിധിക്കുന്നു നാടകം ആരംഭിക്കുന്നു.

'നെയ്ത്തുകാലം'

വെളിച്ചം വരുമ്പോൾ ഒരു വീടിന്റെ കോലായിൽ സജ്ജമാക്കിയിരി ക്കുന്ന നെയ്ത്തു തറിയന്ത്രത്തിന്റെ പാർശ്വ വീക്ഷണം... കോലായി ലിരുന്ന് ഒരു പെൺകുട്ടി രാധ (16 വയസ്സ്) വായിക്കുന്നു.

രാധ : (വായന) വിദേശവസ്ത്ര ബഹിഷ്കരണത്തിന്റെ ഭാഗമായി ഗാന്ധിജി ഭാരതത്തിലെ മുഴുവൻ ജനങ്ങളോടും ഇന്ത്യയിൽ നിർമ്മി ക്കുന്ന ഖാദി വസ്ത്രങ്ങൾ ഒരു പ്രതിരോധ തന്ത്രത്തിന്റെ ഭാഗമായി ഉപയോഗിച്ചുശീലിയ്ക്കുമ്പോൾ ആഹ്വാനം ചെയ്തു. ഗാന്ധിജിയുടെ

ആഹ്വാനം ചെവികൊണ്ട നൂറുക്കണക്കിനാളുകൾ തങ്ങളുടെ ഗ്രാമങ്ങളിൽ സേവാഗ്രാമങ്ങൾ രൂപീകരിയ്ക്കുകയും ചർക്കയിൽ നൂൽ നൂൽക്കുന്നതിനും തുണി നെയ്യുന്നതിനുമൊക്കെയുള്ളള പരിശീലനം നൽകുകയും ചെയ്തു.)

(വായനക്കിടെ നാരായണൻ ആടിയാടി കടന്നുവരുന്നത്, രാധ അറിയുന്നില്ല. അയാൾ ഒരു ചർക്കയുടെ മേൽ കാലമർത്തി നിൽക്കുകയാണ്. മദ്യലഹരിയിലെന്നു വ്യക്തം.)

നാരായണൻ : ത്ഫൂ... ഒരു കാന്തീം മൂപ്പരുടെ എരണംകെട്ടചർക്കേം നൂലും

രാധ : (ഞെട്ടിപ്പിടഞ്ഞെഴുന്നേറ്റ് കൊണ്ട്) അച്ഛൻ.... അച്ഛനൊപ്പം വന്നിനീ...?

നാരായണൻ : ഇതൊന്നും ബായിച്ചു പടിയ്ക്കല്ലാ മോള്...

രാധ : സ്വദേശി പ്രസ്ഥാനത്തെക്കുറിച്ച് നാളെ എനക്കൊരു സെമിനാറുള്ള്യാ...

നാരായണൻ : ഇമ്മളെയെല്ലാം ഈ കറങ്ങുന്ന ചക്രോം തന്ന് ഇങ്ങനെ തലചുറ്റുവോളം കറങ്ങാൻ പടിപ്പിച്ചത് മുപ്പരാ.... അറിയ്യോ... ഇങ്ങനെ തിരിഞ്ഞി തിരിഞ്ഞ് ഇപ്പം ഒരു ഒരരിക്കായിപ്പോയില്ലേ മോളെ മ്മള്....

(അകത്തുനിന്നും വാസന്തി കടന്നുവരുന്നു.)

വാസന്തി : ഓ... മോന്തിയായപ്പം തന്നെ എത്തിയല്ലോ....

നാരായണൻ : പിന്നന്തീം പാതിരായ്ക്കാ വീട്ടീല് വര്യ?

വാസന്തി : നാപ്പിന്നെ നയിച്ച്ണ്ടാക്കീതെന്താച്ചാല് ഇങ്ങട്ടുതാ... (അയാൾ പരുങ്ങുന്നു) രാത്രീല് കൂർക്കം വലിച്ചു കിടന്നൊറങ്ങാനുള്ളത് അകത്താക്കീട്ടൊന്നുലോ. ഇനി സൊകായീറ്റ് കെടന്നോ. ആസനത്തില് വെയില് വരുവോളം കെടന്നോ....

(രാധയോട്) അച്ഛനോടു കിന്നരിയ്ക്കാതെ വല്ലോം വായിച്ചു പഠിയ്ക്കാൻ നോക്കടീ.....

(വാസന്തി എന്തൊക്കെയോ പിറുപിറുത്തുകൊണ്ട് നൂലും മറ്റുവസ്തുക്കളുമൊക്കെ പെറുക്കിയെടുക്കുകയും അടുക്കിവെയ്ക്കുകയും ചെയ്യുന്നു. നാരായണനൻ എന്തുചെയ്യണമെന്നറിയാതെ ഒരിടത്തിരിയ്ക്കുന്നു.)

വാസന്തി : അച്ഛനെത്തി. ഇനി മോനെപ്പളക്കാ എത്ത്വാ... ഓൻ കൊണ്ടുവരുന്നതും കൂടി കിട്ടീട്ടുവേണം. നാളെ എനക്കു ബാങ്കിലോട്ടു പോകാനേ....

രാധ : അമ്മ ഒന്നു നിർത്തുന്നുണ്ടോ..... എനിക്ക് പഠിയ്ക്കണം.

നാരായണൻ : (സന്തോഷത്തോടെ) അടി ബെലേ... ഓളു പടിയ്ക്കട്ടെടീ... മോളുനല്ലോം ബായിച്ചോ.... പക്ഷേല്.... ബായിക്കാൻ വേണ്ടി ബായിച്ചാൽ മതി... ജീവിക്കാൻ വേണ്ടി ബായിക്കണ്ട.

വാസന്തി : ഇങ്ങനെ വേണം ഓളെ ഗുണദോഷിയ്ക്കാൻ

നാരായണൻ : ന്താ.... ഞാമ്പറന്നയില് കൊയപ്പം... സ്വദേശി... കാന്തി.... കാദി.... നൂല്... നെയ്ത്തല്. (അയാൾ മഗ്ഗത്തിന്നരികെയെത്തുന്നു. അയാൾ അതിന്റെ ഓടത്തില് കൈ വയ്ക്കുന്നു) മോളെ ഇന്റെ അച്ഛാച്ചന്റേം അച്ഛാച്ചന്റ കാലത്ത് തുടങ്ങിയതാ ഈ തെരൂലെ ബർക്കത്തുകെട്ട പണി.

വാസന്തി : തൊടങ്ങി പഴംപുരാണോം പഴിപറച്ചിലും.

നീ കഥ കേട്ടിർന്നോ... പഠിയ്ക്കും വേണ്ടാ... ബായിയ്ക്കും ബേണ്ട.....

നാരായണൻ : മിണ്ടല്ല പെരുച്ചാഴി... എത്ര ആള്യോളാ ഈ തറീല് പണിട്ത്തിരുന്നെന്നറിയോ...

രാധ : ന്നിട്ട് അച്ഛനെന്താ ഈ പണി നിർത്തിക്കളഞ്ഞത്.

നാരായണൻ : ഓ.... ദെവസോം മുഴുവൻ മഗ്ഗത്തില് കെടന്ന് ഓടം പായിച്ചാല് ബീഡിന്റെ കാശൊക്കൂല.... ന്നിറ്റല്ലേ... മോള് പടിച്ചോ.... പടിച്ചോ... ഇതൊന്നും പറഞ്ഞാ നിന്റെ തള്ളയ്ക്കു പിടിക്കൂല്ല.

വാസന്തി : (ചീറികൊണ്ട് അടുത്തുവരുന്നു) ഇങ്ങള് ബായിത്തോന്നീത് വിളിച്ചു പറഞ്ഞാല് ഓളെങ്ങനാ പഠിയ്ക്കാ....

നാരായണൻ : ഞാമ്പറയുവെടീ... ഇതെന്റെ വീടാ.... ഈ നൂലും പിരിച്ച് ഞ്ഞീ വച്ചുനീട്ടുന്ന നാലുമൂക്കാലും വാങ്ങി ഈട ചുറ്റിത്തിരിഞ്ഞാ ഇനക്ക് ബല്ല്യ സന്തോഷാണ് എനിക്കറിയാടീ അറുവാണിച്ചീ....

വാസന്തി : ഓ..... ഇങ്ങടെ വീട്.. നാലുകാലിലൊരു പെരയ്ണ്ടായാൽ അയിന് വീടന്നു പറയാൻ കയ്യൂല... ഈട്ള്ളോർക്ക് ഉണ്ണാനും ഉടുക്കാനും ഇങ്ങളു കെറോ കർതിവെച്ചിറ്റ്ണ്ടല്ലോ... പുലർച്ച മുതല് മഗ്ഗത്തില് ഓടം പായിച്ചും നൂലുവലിച്ചും ഒരുവിധം തുന്നിക്കൂട്ടുവാഞാൻ അറിയോ... ങ്ങക്ക് ഇങ്ങളച്ഛനും മോനും.

നാരായണൻ : എടീ... നാടോടുമ്പോ നടുവെ ഓടണം. ഇന്റെയീ... നൂലും ചായോം കൊണ്ട് കാര്യം നടക്കൂല്ല... ഞാൻ ചെലതൊക്കെ മനസ്സില് കണ്ടിറ്റ്ണ്ട്.

വാസന്തി : ഇത് വിക്കാനല്ലേ..... വിറ്റോ എന്നിട്ട് പെരുവഴിലോട്ടിറങ്ങാം. വില്ക്കും.... ഇങ്ങളച്ഛനും മോനുംകൂടി വിക്കും. എനിക്കറിയാം ഒത്ത് കിട്ടിയാൽ ഇങ്ങള് എന്നേം മോളേം കൂടി വിക്കും.

നാരായണൻ : (ഒറ്റകുതിപ്പിന് വാസന്തിയുടെ മുടിക്കുത്തിന് പിടിയ്ക്കു

ന്നു) മുണ്ടല്ലടീ നായേ... ഇയ് ആരാന്നാ ഇന്റെ വിചാരം....

(വാസന്തി കുതറുന്നു. രാധ അവർക്കിടയിലേയ്ക്ക് വരുന്നു. അവൾ ഇരുവരെയും പിടിച്ചുമാറ്റാൻ വിഫലമായി ശ്രമിയ്ക്കുന്നു. ആഞ്ഞൊരു തള്ളലിൽ വാസന്തി ഒരിടത്തേയ്ക്ക് ചാഞ്ഞുവീഴുന്നു.)

വാസന്തി : ദുഷ്ടനാ... മനുഷ്യപ്പറ്റില്ലാത്തവൻ. പരമദുഷ്ടൻ.

(വാസന്തി എഴുന്നേറ്റ് വേച്ചു വേച്ച് അകത്തേയ്ക്കു പോകുന്നു.)

നാരായണൻ : മോള് ഇതൊന്നും കണ്ടു പേടിയ്ക്കണ്ടാട്ടോ....

ഓക്ക് ലോകം തിരിഞ്ഞിറ്റില്ലാന്ന്.

(അയാൾ ഒരിടത്തിരുന്ന് ഒരു ബീഡിയ്ക്കു തീ കൊളുത്തുന്നു.) മോളു ബായിച്ചു പഠിച്ചോ...

രാധ : ഇങ്ങള് രണ്ടാളും ഇങ്ങനെ ഒച്ചവയ്ക്കേം തല്ലുകൂടം ചെയ്യ്താല് ഞാനെങ്ങനെയാ പഠിയ്ക്കാ.

നാരായണൻ : (അവൾക്കരികെയെത്തി) മോള് അതൊന്നും അത്ര കാര്യാക്കണ്ടാട്ടോ... (അയാൾ വാത്സല്യമെന്നു ധ്വനിപ്പിയ്ക്കുന്ന ഭാവ ങ്ങളോടെ അവളുടെ ശിരസ്സിലും മുഖത്തുമെല്ലാം തഴുകുന്നു,)

ഒക്കെ ശരിയാവും മോള് പഠിച്ചോ?

രാധ : അച്ഛനെന്താ ചെലതൊക്കെ ആലോചിക്കുന്നെണ്ടെന്നു പറഞ്ഞത്.

നാരായണൻ :(ഞെട്ടുന്നു) ങ്ങേ.... പറഞ്ഞോ... ആ പറഞ്ഞു ഈനെ കൊണ്ടൊന്നും ബല്യ കാര്യല്ല മോളെ..... ഈ തറീം.... ചർക്കേം... നൂലും.... ചായോം.... മനുഷ്യന്മാരൊക്കെ ഓരോരോ രീതീല് സു ഖിയ്ക്ക്യാ... മ്മള് മാത്രം ഇങ്ങനെ.

(അയാൾ അവളുടെയരികെ) ഈ കഷ്ടപ്പാടീന്നും ദുരിതത്തീന്നു മൊക്കെ മ്മക്കും കരകേറണ്ടേ മോളെ.... എത്രക്കാലാന്നു വച്ചാ.... (അയാൾ എന്തോ ആലോചനയിലാണ്ട് ഇടയ്ക്കിടെ ഒളികണ്ണിട്ട് രാധയെ നോക്കുന്നുണ്ട്.

രാധ : ഒറക്കം വരുന്നു ഞാൻ പോയി കെടക്കുവാ....

(സാവകാശം വെളിച്ചം മങ്ങുന്നതിനനുസരിച്ച് നാരയണന്റെ വിചിത്ര സ്വഭവത്തോടെയുള്ള നോട്ടവും അവസാനിക്കുന്നു.)

(വീണ്ടും വെളിച്ചം വരുമ്പോൾ ഏതാനും സ്ത്രീകൾ നൂലുവിടർത്തി ഉണക്കലും ചായം മുക്കലുമൊക്കെയായി തിരക്കിട്ട ജോലികളിലാണ്. ഇടയ്ക്കിടെ വർത്തമാനം പറച്ചിലും)

അമ്മിണി : ന്നാലും മ്മളെ അങ്ങേലേ ചിന്നൂന്റെ കാര്യം ബല്ല്യ കഷ്ടാല്ലേ?

വനജ : എന്തുകഷ്ടം

അമ്മണി : ബല്ല്യ തറവാട്ടി നിക്കേണ്ട പെണ്ണല്ലേ ഓള്, ഇപ്പം ഏടെക്കെത്തി.

കൗസു : പിന്നെ, ഓാക്ക് കണക്കിന് കിട്ടി.

ലീല : ബലിച്ചു നീട്ടി ബലിച്ചുനീട്ടി കഥ ഇപ്പം ഏടെത്തി? ഓ.... ഞാൻ കാണലില്ലപ്പാ...

കൗസു : ഞ്ഞി... എങ്ങനെ കാണാനാ.... കഴിഞ്ഞ വിഷൂന്റെ തലേന്നല്ല ഓൾടെ ബാസ്കരേട്ടൻ കള്ളുകുടിച്ചുവന്ന് റ്റി.വി അടിച്ചു പൊളിച്ചേ.

(സ്ത്രീകളുടെ ചിരി)

വനജ : കണ്ട സീരിയലിന്റെയും സിനിമേടേം കഥ പറഞ്ഞോണ്ടിരിക്കാതെ പണിയെടുക്ക് പെണ്ണുങ്ങളെ....

(മൊബൈൽ ഫോണിൽനിന്നും കേൾക്കുന്ന വിചിത്രമായ റിങ്ടോൺ. സ്ത്രീകൾ ശബ്ദം കേട്ട ഭാഗത്തേയ്ക്ക് ശ്രദ്ധിക്കുന്നു.)

കൗസു : ഇദേട്ന്നപ്പാ ഈ കൂക്കിവിളി (അവർ അങ്ങുമിങ്ങും തിരയുന്നു. ഒടുക്കം മൊബൈൽ ഫോൺ കാണുന്നു)..

ഓ... ഇതാരപ്പാ, ഈടകൊണ്ടുവെച്ചീന്...

വനജ : കൊറേ ദെവസായി ഞാനും വിചാരിച്ചിനി ഒരു മൊബൈല് വാങ്ങാന്.

അമ്മിണി : എന്തിനാണെ, കടിയ്ക്കുന്ന നായേനെ ആരെലും കാശു കൊടുത്ത് ബാങ്ങോ?

ലീല : അതുശരിയാ....

കൗസു : ഇതു മ്മുടെ രമേശന്റെയല്ലേ.. ഓനേടെപ്പോയി. രമേശാ... ടാ രമേശാ....

(രമേശൻ കടന്നുവരുന്നു)

രമേശൻ : ഓ... സംഘപരിവാരങ്ങളെല്ലാം കാലത്തേ തന്നെ എത്തിയല്ലോ?

കൗസു : ഇന്നെ കണ്ടിറ്റ് കൊറച്ചീസായല്ലോടാ..

(ഫോൺ കൊടുക്കുന്നു)

ലീല : ഓന് ഭയങ്കര തെരക്കല്ലേന്ന്...

രമേശൻ : മതി... മതി.. ആരാ വിളിച്ചിന്.... നമ്പരാണല്ലപ്പാ... തിരിച്ചു വിളിയ്ക്കാൻ ഈല് ബാലൻസുമില്ല. ഒരു പത്തുറുപ്പിക തരോ

വനജേച്ചി...

വാസന്തി : കൊടുക്കറ്.. (എല്ലാവർക്കും അമ്പരപ്പ്) ഞാനെന്റെ പുന്നാരമോനെ ഒന്നു കാണട്ടേന്ന്... മൂന്നാലീസായല്ലോ ഈടന്ന് മുങ്ങീറ്റ്.

രമേശൻ : ആള്വോൾടെ മുമ്പീല് എന്നെ നാറ്റിക്കാൻ അമ്മക്കൊരു മടീല്ല....

കൗസു : പോട്ട് വാസന്തിയേ....

വാസന്തി : ഇഞ്ഞി നിന്റെ പണിയെടുക്ക് കൗസല്യേ....

(ഓരോരുത്തർ അവരവരുടെ ജോലിയിലേക്ക് തിരിയുന്നു. വീണ്ടും മുൻപു കേട്ട മൊബൈൽ റിങ്ങ് ടോൺ)

രമേശൻ : (ഫോൺ അറ്റൻഡു ചെയ്യുന്നു) ഹലോ... അതെ രമേശനാ

ആ... ഞാൻ ബല്ലാണ്ട് ഒറങ്ങിപോയപ്പാ... സ്ഥലം ഹൈവേ റോഡിനോട് ചേർന്ന് തന്നെയാ.... കുറച്ചു വെല കൂടും.... ന്നാലും മ്മക്ക് ഒന്നു ശ്രമിച്ചുനോക്കാം. .. വേണ്ട... വേണ്ട ഇപ്പം സൈറ്റിലോട്ടു വരണ്ട. Resort പണിയാനാണെങ്കി... ബെസ്റ്റ്. ഓക്കെ നേരിട്ട് കാണാം. ഓകെ... ഓക്കെ.. (ഫോൺ ഓഫ് ചെയ്തു വലിയ ഗൗരവത്തിൽ എല്ലാവരേം നോക്കുന്നു. വാസന്തിയ്ക്കരികെയെത്തി)

രമേശൻ : ഇങ്ങടെ വിചാരന്താ?

വാസന്തി : എനക്കൊരു വിചാരോമില്ല..... ഇപ്പം കൊണ്ടുവരും. ആന മൊട്ട.

(ചിരിയ്ക്കുന്നു)

രമേശൻ : (രമേശന് ദേഷ്യം വരുന്നുണ്ടെങ്കിലും പ്രകടിപ്പിക്കുന്നില്ല...) എന്റെ കൗസ്വേടത്തി... ഈ തെരൂല് നെയ്യല് നിർത്തി വേറെ പണിയ്ക്കു പോവാത്തത്. ഇനി ഇങ്ങളുമാത്രമാ... ഒന്നുമില്ലെങ്കിൽ വല്ല തൊയിലൊറപ്പിനെങ്കിലും പൊയ്ക്കൂടെ! അത് ഈനെക്കാള് ഭേതമാ...

വനജ : ഇനക്കതൊക്കെ പറയാം രമേശാ... ഞങ്ങളിതേ പഠിച്ചിട്ടുള്ളു... ഞങ്ങക്കിതേ അറിയൂ...

അമ്മിണി : ഇപ്പോഴത്തെ ബാല്യക്കാർക്ക് ഇതൊന്നും പറഞ്ഞാ തിരിയുല്ലാന്ന്.

വാസന്തി : ഇങ്ങള് ഓനോടുള്ള ഗുണദോഷിയ്ക്കല് നിർത്തീട്ട് പണി ചെയ്യ്...

രമേശൻ : ആത്ത് വെള്ളം വെച്ചീനാ....?

വാസന്തി : കെണറ്റിലുണ്ട് ബക്കറ്റിട്ടു കോരിയാൽ കിട്ടും. എന്താ...

നടുവേദനയുണ്ടോ.

(സ്ത്രീകളുടെ ചിരി)

(രമേശൻ ഇളിഭ്യനായി രോഷത്തോടെ അകത്തേയ്ക്ക്, സ്ത്രീകൾ ജോലിയിൽ... നൂൽ നൂർക്കലും ചായം പിഴിയലുമൊക്കെയായി... രംഗം കൊഴുക്കുന്നു.?

അമ്മിണി : ഒരു കണക്കിന് മ്മളെ രമേശൻ പറഞ്ഞതു നേരാ. സൊസൈറ്റീം സംഘോമൊക്കെ ഇനി എത്രകാലന്നുവെച്ചാ? ആരിക്കറിയാം.

കൗസു : കാലം മാറ്വാന്നല്ലേ സംഘക്കാര് പറഞ്ഞത്. തൂണീന്നൊക്കെ പറഞ്ഞാല് ഇപ്പാ കോണോൻ ചുറ്റാനാണെങ്കി തന്നെ ബല്ല്യ ബല്ല്യ കമ്പനിക്കാർടെ പേരുവെച്ച് നല്ല ബൗസുള്ളത് നാട്ടിലേടേം കിട്ടും.

വാസന്തി : വർത്താനം മതിയാക്കി ഇങ്ങള് ഇങ്ങടെ പണിയെടുക്ക് പെണ്ണുങ്ങളെ..... സംഘത്തില് ഞാമ്പോവാം,

ലീല : ഞ്ഞീ ചൂടാവല്ലേ വാസന്തി.... ഇത് മ്മടെ ചോറിനു തെകയുന്നില്ലെങ്കിലും മ്മക്ക് വിടാൻ കയ്യൂല്ലാലോ?

കൗസു : ഈ തെരൂല് മ്മടെ ഒരു നെയ്ത്തുകാലണ്ടായിരുന്നില്ലോ...

(പശ്ചത്തലത്തിൽ ഒരു നെയ്ത്തുപാട്ടിന്റെ താളം മെല്ലെ അലതല്ലുന്നു.)

കൗസു : കാലത്തെണീറ്റ് കുട്ട്യോൾക്ക് ചോറും കൂട്ടാനും ഉണ്ടാക്കിവച്ച് മ്മടെ പുരോൻമ്മാരുടെ കുടെ നെഞ്ചുയർത്തിപിടിച്ച് തെരുലൂടെ ഒരു വരവ്ണ്ടാർന്നു.

(ആഹ്ലാദകരമായ ഒരു നെയ്ത്തുകാലത്തിന്റെ വർണ്ണ ദൃശ്യങ്ങൾ തെളിയുന്നു. കറങ്ങുന്ന ചർക്കകളും മഗ്ഗത്തിന്റെ ശീഘ്രഗതിയിൽ ചലിക്കുന്ന ഓടത്തതിന്റെ ശബ്ദവും എല്ലാം ചേർന്ന് ശബ്ദവിന്യാസം അവിടെമാകെ നിറയുന്നു.

വനജ : മഗ്ഗത്തില് ഓടം തിരിയ്ക്കുമ്പോൾ ന്റെ വാസുവേട്ടൻ ഒരു പാട്ടുപാടും.

അമ്മിണി : മേലാകെ ചായം കലർന്ന് ന്റെ ഗോയിന്ദേട്ടനെ, നൂലു പിരിയ്ക്കുമ്പോൾ ഞാൻ കളിയാക്കി വിളിക്കും... 'ചായക്കാരാ'ന്ന്....

(സ്ത്രീകളുടെ കൂട്ടച്ചിരി.... ഒടുക്കം സംഗീതം നിലയ്ക്കുമ്പോൾ ഓരോരുത്തരും വിസ്മൃതിയുടെ ലോകത്താണ്. അവർ യാഥാർത്ഥ്യത്തിലേയ്ക്കെത്തിയപ്പോൾ രമേശൻ ഷർട്ടിടാതെ പുറത്തേക്കു വരുന്നു..)

രമേശൻ : ഇങ്ങളെന്താക്കാ.... മഗ്ഗത്തിലുമ്മവച്ചുകളിക്കാ... ഒറ്റ ഷർട്ടില്ല ഇസ്തിരിയിട്ടത്.... ഞാൻ അമ്മേനോട് പറഞ്ഞീർന്നില്ലെ....

(വാസന്തി മൗനം) ഇങ്ങക്കെന്താ ചെവുടുകേക്കൂലേ.....

(അവൻ ഹാലിളകുന്നു. അങ്ങുമിങ്ങും നടക്കുന്നു. കൈയിലുള്ള ഇസ്തിരിയിടാത്ത ഷർട്ട് വലിച്ചു കേറ്റുന്നു.)

ശാപം കിട്ടിയ വീടാ ഇത്... ഈടത്തേക്ക് ഞാനിനി വരില്ല.

(പല്ലുഞെരുച്ചുകൊണ്ട് പുറത്തേയ്ക്ക് പോകുന്നു. ഉടൻ തിരിച്ചുവരുന്നു.. എനക്ക് ഒരു ഇരുനൂറുറുപ്യവേണം)

വാസന്തി : ഈട പൈസയൊന്നുമില്ല.....

(രമേശനു ദേഷ്യം ഇരച്ചുകയറുമ്പോൾ മൊബൈൽ ശബ്ദിക്കുന്നു)

രമേശൻ : ഹലോ.... ആ.... ഇപ്പം വരും.. ഒരു പത്തുമിനിറ്റ് (എല്ലാവരേയും ഒന്നിരുത്തി നോക്കിട്ട്) ബെച്ചിറ്റുണ്ട് ഇങ്ങക്കൊള്ളത്.

(പോകുന്നു)

കൗസു : ന്നാലും വാസന്തി ഇനക്കൊരു തൊണയാവും ഓനെന്നു കരുതീത് വെറുതെയായല്ലോ....

വാസന്തി : ഇങ്ങള് ഇങ്ങടെ ജോലിചെയ്യ്... അച്ഛനുണ്ട് മോനുമുണ്ട്, അങ്ങനെന്നെ തോൽപ്പിക്കാമെന്ന് രണ്ടാളും കരുതണ്ട(ജോലിയിൽ മുഴുകുന്നു)

വനജ : ദേവൂനെ ഇനീം കണുന്നില്ലപ്പാ...

അമ്മിണി : ഓളെ പുര്യോന് നേരംവെളുത്തു കാണില്ല. മൂപ്പർക്കു ചോറും ചായും, വെളമ്പികൊടുക്കാതെ ഓക്കാട്ന്ന് പോരാൻ കയ്യോ?

ലീല : ദേവൂനോടു ഞാൻ പലവട്ടം പറഞ്ഞതാ. ഓക്കെരു കഴകത്തില്ല, ഓറെ നെലയ്ക്ക് നിർത്താൻ.

കൗസു : സൊസൈറ്റീന്ന് മ്മള് കുറികൂടി ഉണ്ടാക്കി കൊടുത്ത അഞ്ചാറു പവൻ പൊന്നില്ലാർനോ, ഇപ്പന്താ കഴുത്തില് ഒരു കറുത്ത ചരട്.

വനജ : ബീഡി വാങ്ങാനും കൂടീറ്റ് ഓളെ തുണിപ്പെട്ടീന്നാ ഓറ് കാശെടുക്കാ...

വാസന്തി : ഓ.... ഒന്നു നിർത്ത്വാ.... സംഘത്തില് ഞാമ്പോവാ

(ഈ സമയം രാധ ഓടികിതച്ച് അവിടേയ്ക്കു വരുന്നു. സ്കൂൾ യൂണിഫോമിലാണ് അവളുള്ളത്.)

രാധ : അമ്മേ....

മ്മളെ ദേവിയേച്ചി (കരയുന്നു)

എല്ലാ : എന്താ... എന്താ പറ്റ്യോ ദേവൂന്...

രാധ : ഓറ്... ഓറുണ്ട് വീടിന്റെ കോലായില് തൂങ്ങികെടക്ക്ണ്

(കൂട്ടകരച്ചിൽ... വാസന്തി മാത്രം തെല്ലുദൂരെ മാറി നിൽക്കുന്നു)

ഞാൻ സ്കൂളിൽ പോകുമ്പം ആൾക്കാരെല്ലാവരും കൂടി നിക്കണെ കണ്ടിറ്റാ ചെന്നു നോക്കിയെ.

വാസന്തി : (ആരോടെന്നില്ലാതെ) ചാവട്ട്, ചത്തു പോട്ട്

എല്ലാ : വാസന്തി–

വാസന്തി : (നിർവികാരയായി) പിന്നല്ലാണ്ട്.... എന്തിനാ ഓറ് ജീവിയ്ക്കണത്. ഓനു വെള്ളം അനത്തി കൊടുക്കാനാ..... ഓന്റെ നാറിയ ടൗസറ് തിരുമ്പാനാ.... ഇതെല്ലാം ചെയ്തിട്ടു, ഒന്റെ ചവിട്ടും തുപ്പും കിട്ടാനാ... (അതൊരു അലർച്ചപോലെയായിരുന്നു. അവൾ ഒരിടത്തു കുന്തിച്ചിരുന്നുപേവുന്നു)

(സ്ത്രീകൾ മരവിച്ച മനസ്സോടെ തങ്ങളുടെ സ്ഥാനങ്ങളിൽ ഇരിയ്ക്കുകയാണ്, അവർ ചുറ്റിക്കൊണ്ടിരുന്ന നൂലുകൾക്ക് ഒരു പ്രത്യേക ആകൃതി കൈവരുന്നു. ഒരു കൊലക്കയർ കണക്കെ അവരറിയാതെയെന്നോണം അത് അവരുടെ കഴുത്തിലേയ്ക്ക് നീളുന്നു. വെളിച്ചമണയുന്നു.)

വാസന്തിയുടെ വീട്. നിശ്ചലമായ തറിയന്ത്രങ്ങൾ.. ചർക്കകൾ. വാസന്തി എന്തൊക്കെയാ ജോലിയിലാണ്. സാധാരണ പുലർത്താറുള്ള അടുക്കും ചിട്ടയുമൊന്നും അവളുടെ ജോലിയിൽ അപ്പോൾ കാണുന്നില്ല. ഓരോ ജോലിയും തുടങ്ങി അവൾ പാതിവഴിയ്ക്ക് ഉപേക്ഷിക്കുകയാണ്. അവളുടെ മുഖം വികാരഭരിതമാണ്, പക്ഷേ ഒന്നു വിതുമ്പുന്നുപോലുമില്ല. സ്ത്രീകൾ ഓരോരുത്തരായി ജോലിയ്ക്കെത്തുന്നു.

വനജ : സംഘത്തിന്ന് സെക്രട്ടറി പറഞ്ഞീന്... അടുത്തയാഴ്ച മുതല് നൂലും ചായോമൊന്നും കിട്ടലുണ്ടാവില്ലാന്ന്. (വാസന്തി മൗനം)

കൗസു : (വസ്ത്രം മാറിക്കൊണ്ടിരിയ്ക്കവേ) ഓറ് നൂലും ചായോം തരാതായ്ല് മ്മള് പിന്നെ എന്താ എടുക്കാ?

(വാസന്തി അതു കേൾക്കാത്ത ഭാവത്തിൽ എഴുന്നേറ്റ് തറിയന്ത്രത്തിനരികെ എത്തുന്നു.)

ലീല : ഇതെല്ലാം നിർത്തീറ്റ് ബേറെ പണിയ്ക്കു പോവാനാ ഓറു പറയുന്നേ.

അമ്മിണി : ന്റെ ഗോയിന്ദേട്ടനും അതന്ന്യാ പറഞ്ഞേ.... നിർത്തീറ്റ് വല്ല തൊയിലൊറപ്പിലും പോകാൻ...

വാസന്തി : പൊയ്ക്കോ... ഒന്നിറങ്ങി തരുന്നുണ്ടോ എല്ലാരും ഈടന്ന്.

എല്ലാവരും : വാസന്തീ....

വാസന്തി : എല്ലാരും പൊയ്ക്കോ... ഒരൊറ്റ ആളേം ഈടെ ഇനി കണ്ടു പോകറ് പോ....

കൗസു : ഇനക്കെന്താ ഭ്രാന്തു പിടിച്ചിനാ

ലീല : (സാന്ത്വനിപ്പിക്കുവിധം) വാസന്തി.... എന്താ ഇനക്കുപറ്റ്യേ...

അമ്മിണി : നാരായണൻ ഇന്നലേം മെക്കിട്ടു കേറോം.

വനജ : രമേശൻ ഏട്ത്തു.... ഓനുമായി പിന്നേം വഴക്കിട്ടാ....

ലീല : എന്താ വാസന്തി എന്താ ഇണ്ടായേ

കൗസു : എന്താ എന്താ മോളേ ഇനക്കു പറ്റിയേ..

(വാസന്തി ഇതുവരെ അടക്കിപ്പിടിച്ചതൊക്കെ വലിയ വിലാപമായി പൊട്ടിയൊഴുകുന്നു.)

വാസന്തി : ന്റെ മോള്.

കൗസു : എട്ത്തു രാധ?

വനജ : ഓള് ഉസ്കൂളില് പോയതല്ലേന്ന്

അമ്മിണി : നേരാണല്ലോ... പിന്നെന്തിനാ ഇവളു കരയുന്നത്?

ലീല : നേരല്ലേടീ.... മോള് ഉസ്കൂളില് പോയതല്ലേ വാസന്തി?

വാസന്തി : (ഒറ്റ ശ്വാസത്തിൽ) ഓള് ഇന്നലെ ഉസ്കൂളീപോയിട്ട് ഇതു വരേ തിരിച്ചു വന്നിറ്റില്ലാ....

(സ്ത്രീകൾ ഞെട്ടുന്നു.)

അമ്മിണി : ന്റെ ദൈവങ്ങളേ... ന്റെ കുട്ടിയ്ക്കിതെന്തു പറ്റി... ന്നിട്ട് നീയെന്താ.... ഇതുവരെ ആരേം വിളിയ്ക്കാതിരുന്നത്.

വനജ : നാരണേട്ടനേട്ത്തു?

ലീല : രമേശനോ?

കൗസു : ഓറ് രണ്ടാളും ഊരുതെണ്ടി നടപ്പായിരിയ്ക്കും ഇതൊന്നും അറിഞ്ഞു കാണില്ല.

വനജ : എന്താ ഇപ്പം ചെയ്ക ഉസ്കൂളില് പോയി ഒന്നു തെരക്കിയാലോ.

അമ്മണി : മ്മള് പെണ്ണുങ്ങള് ഏടെപ്പോയി തെരക്കാനാ.....

(ഈ സമയം മൊബൈൽ ഫോണിൽ സംസാരിച്ചുകൊണ്ട് രമേശൻ കടന്നുവരുന്നു.)

രമേശൻ : ഓ... ഞാൻ പിന്നെ വിളിയ്ക്കാം.. തത്ക്കാലം പത്രത്തില്

കൊടുത്ത് വാർത്തയാക്കണ്ട... ഞങ്ങളുതെരയുന്നുണ്ട്.

കൗസു : രമേശാ..... രാധമോള്..... എന്തെങ്കിലും വിവരം കിട്ടിയോ.....

രമേശൻ : പോലീസ് സ്റ്റേഷനില് പരാതി കൊടുത്തിട്ടുണ്ട്. ഓറ് കണ്ടു പിടിച്ച് കൊണ്ടുവരും... അത്രയൊക്കേ എനിക്കു ചെയ്യാൻ പറ്റൂ...

ലീല : എട്ന്ന് കാണാണ്ടായെന്ന് വല്ല വിവരോം.....

രമേശൻ : അതെല്ലാം ഓറ് അന്വേഷിച്ച് കണ്ടുപിടിയ്ക്കും. അയിന്നല്ലേ പോലീസ്.....

എന്നോടു മെക്കിട്ട് കേറാൻ തള്ളയ്ക്കൊരു മടിയുമില്ലാരുന്നല്ലോ.... എന്നിറ്റിപ്പം എന്തായി.... പുന്നാരിച്ചു വളർത്തിയ മോള് തരം കിട്ടീപ്പം തനിനെറം കാട്ടില്ലേ. പെങ്കുട്ട്യേളായാൽ അടക്കീം.... ഒതുക്കീം.... വളർത്തണം.

വനജ : ഞി... കുത്തുവാക്കുപറഞ്ഞ് ഓളെ വേദനിപ്പിക്കല്ലേ രമേശാ..

രമേശൻ : ഞാൻ പറയുന്നതിലാപ്പം കൊയപ്പം? ഈ നാടത്ര ശരിയല്ലാന്ന് ഞാനെത്രവട്ടം പറഞ്ഞു.കേക്കുന്നില്ലേ. ഇപ്പം വിറ്റാല് നല്ല വെല കിട്ടും. ഏടെങ്കിലും പോയി ഒന്നു സൈര്യായിട്ട് ജീവിയ്ക്കാന്നുവച്ചാ ഈ തുരുമ്പെടുത്ത മഗ്ഗേം ഒലക്കേമലെ ചർക്കേം കെട്ടിപ്പിടിച്ചിരിയ്ക്കല്ലേ.

അമ്മിണി : രമേശാ... ചെലതൊന്നും ചെലർക്ക് അത്ര എളുപ്പങ്ങ് വിടാൻ കയ്യൂല്ലടാ.

രമേശൻ : വിടണ്ടാ കെട്ടിപ്പിടിച്ചിരുന്നോ.... ന്നിട്ട് കുറച്ചു കഴിയുമ്പം എല്ലാരിക്കും ഓള് കൊണ്ടു തരും. വാവോ, വാവോ ന്നു വെക്കാൻ അച്ഛനാരെന്നറിയാത്ത കുറെ കുട്ട്യോള്...

(വാസന്തി ചാടിയെഴുന്നേൽക്കുന്നു. കോപം അടക്കാൻ കഴിയാതെ അവൾ രമേശനു നേരെ പാഞ്ഞടുക്കുന്നു.

വാസന്തി : വേണടാ... വേണം.. അടക്കോം ഒതുക്കോം വേണം പെണ്ണുങ്ങക്കുമാത്രം.... ഇനക്കു വേണ്ട... ഇന്റച്ഛനു വേണ്ട.. ഏറങ്ങിപ്പോടാ നായേ ഈടന്ന്... (സ്ത്രീകൾ അവളെ പിടിച്ചുമാറ്റാൻ ശ്രമിക്കുന്നു. കുതറിത്തെറിച്ച രമേശൻ.)

രമേശൻ : ഇങ്ങക്കു മതിയായിറ്റില്ല അല്ലേ തള്ളേ

(അവനുനേരെ പാഞ്ഞുവരുന്ന വാസന്തി... സ്ത്രീകൾ പിന്നിൽ നിന്നും പിടിച്ച് നിർത്തുന്നു)

തള്ളേ ഇങ്ങള് അനുഭവിച്ച് കൂട്ടും. (രമേശൻ പുറത്തേയ്ക്ക്)

വാസന്തി : അതേടാ... അനുഭവിയ്ക്കുന്നുണ്ട് ഓരോന്നിനെയും ഗർഭ

ത്തില് പേറുന്ന നാള് തൊട്ട് ഞാളനുഭവിച്ച് തുടങ്ങ്വല്ലേ... നൂലും ചായോം കൊണ്ട് മ്മള് നെയ്യണ തുണികളെല്ലാം ഓരുനാള് പിന്നി പറഞ്ഞു പോകുംമ്പോലെ മ്മടെ ചങ്കീന്ന് മക്കള് പറിഞ്ഞുപോക്വല്ലേ...

(വാസന്തി തളർന്നിരിയ്ക്കുമ്പോൾ അവളെ എന്തു പറഞ്ഞ് ആശ്വസി പ്പിക്കണമെന്നറിയാതെ കുഴയുന്ന മറ്റു സ്ത്രീകൾ അവൾക്കുചുറ്റും കൂട്ടായി ഇരിയ്ക്കുമ്പോൾ വെളിച്ചം അണയുന്നു.)

വീണ്ടും വെളിച്ചം വരുമ്പോൾ നിശ്ചലചിത്രങ്ങളായ് സ്ത്രീകൾ ഇരി ക്കുന്നു. ആ സ്ഥാനത്ത് ഒരു ശിലാപ്രതിമ കണക്കെ വാസന്തി ഇരി ക്കുന്നുണ്ട്.

അമ്മിണി : എത്ര നേരമായി മ്മളീ ഇരിപ്പ് തുടങ്ങീട്ട്.

വനജ : കയ്യുന്നില്ല കൗസ്വോ....ഇതൊക്കെ ഒന്നടുക്കിപ്പെറുക്കി എടുത്ത് വെച്ചിറ്റ് പോകാന്നു വച്ചാ വന്ന്യേ....

കൗസല്യ : നൂലും ചായേം തീർന്ന തറീല് തെരുലെ പെണ്ണുങ്ങക്കിനി എന്താ പണി....?

ലീല : ന്നാലും ഇതൊക്കെ ഇങ്ങനെ ഇട്ടിട്ടു പോകാൻ കയ്യുന്നില്ലടാ.

അമ്മിണി : രമേശൻ പറഞ്ഞതു നേരാ ഇതെല്ലാം കാലത്തിന്ന് പിടിക്കാത്ത യന്ത്രങ്ങളാ

വനജ : നമ്മളെപ്പോലെ.

അമ്മിണി : വാസന്തി... ഞാള് പോട്ട്.... ഓള് ഏത് ലോകത്തിലാന്ന് ആർക്കാ തിരിയാ... ന്റെ ദൈവങ്ങളേ....

(സ്ത്രീകൾ മൂകമായ ഭാഷയിൽ വാസന്തിയോട് യാത്ര പറഞ്ഞ് തിരി യുമ്പോൾ പെട്ടെന്ന് 'അമ്മേ' എന്ന വിളിയുമായി 'രാധ' അവിടേക്ക് കടന്ന് വരുന്നു. ക്ഷീണിതയെങ്കിലും പ്രസന്നവതിയാണെന്ന് ബോധ്യ പ്പെടുത്താൻ ശ്രമിക്കുന്നു. പളപളമിന്നുന്ന ഒരു ചുരിദാറാണ് വേഷം)

അമ്മിണി : രാധേ.... രാധമോളേ..

(അവർ അവിളെ അടിമുടി നോക്കുന്നു)

രാധ : എന്താ അമ്മിണിയേടത്തീ...ല്ലാരും പണിയൊക്കെ നിർത്തി പോവ്വാ... എന്താ... എന്താണ്ടായേ ഏടുത്തു മ്മടെ മഗ്ഗം...

(അവർ അത്ഭുതത്തോടെ നോക്കിനിൽക്കുകെയാണ്)

രാധ : എന്താ എല്ലാവരും കൂടി ഇങ്ങനെ നോക്കുന്നത് ? എങ്ങ നുണ്ട് കൗസ്വേച്ചി എന്റെ പുതിയ ഉടുപ്പ്. ഇതിട്ടപ്പം എനക്ക് വല്ലാണ്ട് വലുപ്പം ആയില്ലേ...?

(മൗനം) എന്താ... എന്താ... എല്ലാരും ഒന്നും മിണ്ടാത്തേ. എന്തെങ്കിലും

പറ അമ്മിണിയേച്ചീ... (വാസന്തി) ഈ അമ്മക്കെന്താ പറ്റിയേ.... ഓ എന്നോട് പിണക്കമായിരിക്കും. അമ്മേടെ പെണക്കം ഞാൻ മാറ്റിക്കൊളാം.

കൗസല്യ : (യഥാർത്ഥ്യബോധം വീണ്ടെടുത്ത്) രാധേ ഞ്ഞി ഏടായിരുന്നു ഇതുവരേ?

രാധ : (കുസൃതി നിറഞ്ഞ ചിരിയോടെ) ഞാനോ ഞാൻ... (വീണ്ടും ചിരി) (രാധ പറയാൻ ശ്രമിക്കുന്നത് പിന്നീടവൾ തന്നെ നിയന്ത്രിക്കുന്നു) ഞാനൊരു യാത്ര പോയീന്ന് വിചാരിച്ചാ മതി... ഒരു നീണ്ട യാത്ര.

വനജ : എന്തൊരഹമ്മതിയാ ഞ്ഞിയീ കാണിച്ചേ...?

രാധ : എന്താ..... പെങ്കുട്ട്യോൾക്ക് യാത്ര പോയിക്കൂടാ...?

(അവരുടെ നോട്ടങ്ങളിൽ നിന്നും രക്ഷപ്പെടാനെന്ന വണ്ണം അവൾ ബാഗും മറ്റു സാധനങ്ങളുമൊക്കയെടുക്കുന്നു) ഭയങ്കര ക്ഷീണം ഞാനൊന്നു കുളിക്കട്ടെ. എനിക്കു നന്നായിറ്റൊന്നു കുളിക്കണം.

(സ്ത്രീകൾ സ്തബ്ദരായി നോക്കി നിൽക്കെ രാധ അകത്തേക്ക്)

(ഞാനൊന്ന് കുളിക്കട്ടെ എന്ന് പറഞ്ഞ് ബാഗും മറ്റും സാധനങ്ങളുമായി രാധ തിരിയുമ്പോൾ അതുവരെ നിശ്ചലമായി ഇരുന്ന വാസന്തി എഴുന്നേറ്റ് അവൾക്കഭിമുഖമായി വന്ന് നിൽക്കന്നു. ഇരുവരും മുഖാമുഖം കാണുകയാണ്. വാസന്തിയുടെ തീക്ഷ്ണമായ നോട്ടത്തിന് മുമ്പിൽ രാധയ്ക്കു പിടിച്ചുനിൽക്കാൻ കഴിയുന്നില്ല. അവൾ അമ്മയ്ക്കു മുൻപിൽ മുട്ടുകുത്തി വീഴുന്നു, മുഖംപൊത്തികരയുന്നു)

വാസന്തി : (അവളുടെ മുഖം തന്റെ ഇരുകൈകളിലൂമായി വാരിയെടുത്തു കൊണ്ട്) ഇന്റെ മുത്തിന് ഏടാ പിഴച്ചത്?

ഒരു നിലവിളിയോടെ അവൾ രാധയെ നെഞ്ചോട് ചേർക്കുന്നു.

രാധ : ഏടയാന്റെ അമ്മയ്ക്ക് കണ്ണ് തെറ്റിയേ...?

(ഈ സമയം മറ്റുള്ളവർ പരസ്പരം നോക്കുന്നു)

(വാസന്തി എഴുന്നേറ്റ് തെല്ലകലെ മാറിയിരിക്കുന്നു. രാധയും ഒന്നും മിണ്ടാനാവാതെ ചലനമറ്റു നിൽക്കയാണ്.)

കൗസല്യ : രാധേ... ഇനക്ക്... ഇനക്കെങ്ങനെ ധൈര്യം വന്നു?

വനജ : (രോഷത്തോടെ) പറയെടീ... ഇക്കണ്ടകാലമത്രയും ഈ തെരൂല് തറിയ്ക്കു ചുറ്റും കറങ്ങിത്തിരിഞ്ഞ് നിനക്കുവേണ്ടി മാത്രം ജീവിച്ച നിന്റെ അമ്മേനെ നിനക്കെങ്ങനെ ചതിക്കാൻ തോന്നി....

അമ്മിണി : ബയറ്റിലു തീയെരിഞ്ഞ് കത്തുമ്പോഴും തെരുവിലെ പെണ്ണു

ങ്ങള് മടിക്കുത്തഴിച്ചിട്ടില്ല.... അറിയോ നിനക്ക്?

ലീല : അച്ഛനും ഏട്ടനും ഓരുക്കു തോന്നിയപോലെ നാടുനെരങ്ങുമ്പോൾ ഇന്റ അമ്മേടെ ചെറകീനടീല് നിനക്ക് സുഖായിരുന്നില്ലേ.... കുട്ട്യേ...?

അമ്മിണി : പറ....പറ.... എന്തിനാഞ്ഞി ഇങ്ങനെ നിന്നെത്തന്നെ കളഞ്ഞ് കുളിച്ച്യേ...?

(അവരുടെ ചോദ്യങ്ങളിൽ നിന്നും തെന്നിമാറി രാധ അൽപം മുന്നോട്ട് നടക്കുന്നു.)

രാധ : ഇങ്ങക്കറിയോ...ന്റെ ശരീരം മുഴുവനും അച്ഛനടുത്തു വരുമ്പോൾ അമ്മ പറയാറുള്ള കെട്ട ചാരായത്തിന്റെ ചൂരാ... പിന്നെ എനിക്ക് തിരിച്ചറിയാനാവാത്ത ഒരുപാട് മണങ്ങളും ബീഡിന്റെ സിഗരറ്റിന്റെ, കള്ളിന്റെ, ലോഡ്ജ് മുറികളിലെ കെട്ട പുതപ്പിന്റെ ചീഞ്ഞളിഞ്ഞ നാറ്റം. എത്ര കുളിച്ചാലാ... എത്ര കുളിച്ചാലാ ഈ നാറ്റം ന്നെ ഒന്ന് വിട്ട് പോവാ? (ഒരിടത്ത് തളർന്നിരിയ്ക്കുന്ന മറ്റു സ്ത്രീകൾ അങ്കലാപ്പോടെ പരസ്പരം നോക്കുന്നു. വാസന്തി എഴുന്നേറ്റ് അവൾക്കരികെയെ തത്തുന്നു.)

വാസന്തി : ഞമ്മടെ മോൾക്ക് ഒന്നും പറ്റീറ്റില്ല. എല്ലാവരും കുറച്ച് വെള്ളം കോണ്ടുവാ. തൊലിപ്പുറത്തെ ചെളിയും ദുർഗന്ധവും ഒരു പെണ്ണിൻേറയും മാനം കെടുത്തൂല.

(സ്ത്രീകൾ ഓരോരുത്തരായി വെള്ളം കൊണ്ട് വന്ന് രാധേടെ തലയിലൊഴിക്കുന്നു.)

(ഈ സമയം നാരായണൻ ആടിയാടി അവിടേക്ക് പ്രവേശിക്കുന്നു.)

നാരായണൻ : ഓ... തെരൂലെ പെണ്ണുങ്ങള് ഇപ്പോം ഈടെത്തന്നെയുണ്ടോ... എന്തിനാ.... വേറെ പണിയൊന്നുമില്ലേ പെണ്ണുങ്ങളേ ഇങ്ങക്ക് കാലം മാറി.....കഥ മാറി..... ന്നിട്ടും ഈടെ മാത്രം പെണ്ണുങ്ങള് ഇപ്പോം നെയ്യല് തന്നെ നെയ്യല് ന്നിട്ടെന്താ കിട്ടുന്നെ (അയാൾ കീശയിൽ നിന്നും മടിക്കുത്തിൽ നിന്നുമൊക്കെയായി കുറേ പണമെടുത്ത് മേശപ്പുറത്ത് വെക്കുന്നു) കണ്ടോ.... നാരായണന് പണമുണ്ടാക്കാനറിയാന്ന് മനസ്സിലായോ....?

സ്ത്രീകൾ സ്തബ്ദരാകുന്നു)

(അയാൾ വാസന്തിക്കരികിലെത്തി) വാസന്തി ഞ്ഞീ ഒരു പെണ്ണാ... പെണ്ണ് പൂക്കണം. പൂത്ത് തളിർക്കണം... അപ്പൊ...... അപ്പൊ കാശുവരും ഈട ഈ മഗ്ഗത്തില് ഓടേം തിരിച്ച് ചായപ്പാത്രത്തില് മുങ്ങിനിവർന്നാ എന്ത്ന്നാടീ കിട്ട്വാ... നീ വാ... മ്മടെ മോള്ണ്ടടീ തൊണക്ക് വാ.... വാ..... വാസന്തി.....

നിശ്ചലമായിരിക്കുന്ന വാസന്തിയുടെ കയ്യിൽ അയാൾ പിടിക്കുന്നു. അവൾ ഉച്ചത്തിൽ ചിരിച്ചുകൊണ്ട് അയാൾക്കൊപ്പം എഴുന്നേറ്റ് നിൽക്കുന്നു. നാരായണനും ആ ചിരിയിലേക്ക് ലയിക്കവേ അവൾ കൈയ്യിലിരുന്ന ഓടം കൊണ്ട് അയാളെ ആഞ്ഞടിക്കുന്നു. അയാൾക്കു നേരെ ആർത്തലച്ചു വരുന്ന സ്ത്രീകൾ.

(രംഗം ഇരുളുന്നു.)

പെണ്ണുപൂക്കുന്ന നാടുകൾ ഇല്ലാതായി കഴിഞ്ഞിരിയ്ക്കുന്നു.

പൂമരകൊമ്പുകളിൽ ഇപ്പോൾ മഴപ്പുള്ളുകളുടെ കൊത്തിപ്പറിയ്ക്കൽ മാത്രം.

ജീവിതത്തിന്റെ ഊടും പാവും മെനഞ്ഞെടുത്ത നെയ്ത്തുകാലം അവസാനിക്കുകയാണ്.

ഈ നാടകം ഇവിടെ അവസാനിക്കുന്നില്ല...

■ ■

2009 ലെ പി.ജെ ആന്റണി. നാടക രചനാ അവർഡു നേടിയ ഈ നാടകം 'ലൗ ജിഹാദി' നെക്കുറിച്ചുള്ള അമ്പരപ്പിയ്ക്കുന്ന വാർത്തകൾ കേരളം കേട്ടു കൊണ്ടിരുന്ന കാലത്ത് എഴുതിയതാണ്. മതാന്ധതയും മതോന്മാദവും ബാധിച്ച കേരളീയ ജീവിതത്തിന്റെ ഭയാനകത വല്ലാത്ത നടുക്കം സൃഷ്ടിച്ചിരുന്ന നാളുകൾ... തീവ്രവാദവും അതിലേയ്ക്ക് റിക്രൂട്ട് ചെയ്യപ്പെടുന്ന കേരളീയ യുവാക്കളും കേരളീയർക്ക് പുതിയൊരു അറിവായിരുന്നു. ജ്ഞാനം കൊണ്ട് സ്നാനം ചെയ്യപ്പെടുന്നവർ യഥാർത്ഥത്തിൽ ഞ്ജാനിയാക്കപ്പെടുന്നില്ലെന്ന തിരിച്ചറിവാണ് ഈ നാടകത്തിന്റെ രാഷ്ട്രീയ പരിസരം ബോധ്യപ്പെടുത്തുവാൻ സഹായിക്കുന്നത്.

ജ്ഞാനസ്നാനം

കുഴിവെട്ടി തോമയുടെ ഒറ്റമുറി വീട്. തോമയോടൊപ്പം ഭാര്യ മറിയവും മകൻ ജേക്കബ്ബുമാണ് ഇവിടെ വസിക്കുന്നത്. അവരുടെ ജീവിതത്തിലെ ഇല്ലായ്മകളും വല്ലായ്മകളും വ്യക്തമാക്കും വിധം മുറി ക്രമീകരിക്കപ്പെട്ടിരിക്കുന്നു. ഒരു ട്രങ്കുപെട്ടി. ഒന്നുരണ്ടു ചുരുട്ടിവെച്ച തഴപ്പായകൾ, ഇരിയ്ക്കാനുള്ള പലകകൾ തുടങ്ങിയ സാധനങ്ങൾ അങ്ങിങ്ങായി വെച്ചിട്ടുണ്ട്. പഴകി നരച്ച ഒരു തിരുകുടുംബ ചിത്രം പനമ്പുകൊണ്ടുണ്ടാക്കിയ ഭിത്തിയിൽ തൂങ്ങിക്കിടപ്പുണ്ട്. പിന്നരങ്ങിൽ തുണികളുടെ ഭാരംകൊണ്ട് മധ്യഭാഗം തൂങ്ങിപ്പോയ ഒരു മറ അരങ്ങിൽ പാതിയോളം വന്നുനിൽക്കുന്നു. മറ്റൊരു മറ അടുക്കളയിലേയ്ക്കെന്നു സൂചിപ്പിക്കുന്നു.

വന്യവും വിഭ്രാന്തി ജനിപ്പിയ്ക്കുന്നതുമായ ഒരു സംഗീതത്തോടൊപ്പം വേദിയിൽ വെളിച്ചം വരുന്നു. ഏതോ ആഭിചാര കർമ്മം നടക്കുന്നുവെന്നു സൂചിപ്പിയ്ക്കും വിധം അരങ്ങിൽ കുന്തിരിക്കത്തിന്റെ സമൃദ്ധമായ പുക. പുകപടലങ്ങൾക്കിടയിലൂടെ വെളുത്ത ചട്ടയും മുണ്ടും ധരിച്ച് തലയിൽ നേര്യതും പുതച്ച് കൈകൾ വാനിലേക്കുയർത്തി മുട്ടുകുത്തി നിൽക്കുന്ന മറിയയെ നാം കാണുന്നു. സംഗീതം ഉച്ചസ്ഥായിലെത്തുമ്പോൾ മറിയ മുട്ടിൽ നിന്നും എഴുന്നേൽക്കുന്നു. ഇപ്പോൾ അവരുടെ കൈയ്യിൽ ഒരു ചെറിയ മരക്കുരിശുണ്ട്. അസ്വാഭാവികമായ ചിലനങ്ങളോടെ ആ മുറിയുടെ പല ഭാഗങ്ങളിലായി അവർ കുരിശുമുത്തിക്കുകയും അസ്പഷ്ടമാം വിധം എന്തൊക്കെയോ പിറുപുറുക്കുകയും ചെയ്യുന്നുണ്ട്. ചില സമയങ്ങളിൽ അവരുടെ ശബ്ദം ഉയർന്നു

കേൾക്കാം.)

മറിയ :(അബോധത്തിലെന്നവണ്ണം) ദുഷ്ടപിശാശുക്കളേ... ഈ വഴി അകത്തുവരരുത്..... നിന്റെ കൈകാലുകൾ ഞാൻ ബന്ധിച്ചിരിക്കുന്നു. ഇത് ദൈവത്തിന്റെ ഭവനമാണ്. ഇവിടെ നിനക്കു പ്രവേശനമില്ല. പോ.... ദൂരെപോ..... സാത്താനേ അകന്നുപോ....

(വളരെ പ്രാചീനമെന്നു തോന്നിപ്പിയ്ക്കുന്ന ഒരു കുപ്പി തപ്പിയെടുത്ത് അതിലെ ജലം സവിശേഷമായ കരചലനങ്ങളോടെ അവിടെയുമിവിടെയുമായി തളിയ്ക്കുന്നു. ധൂമപാത്രത്തിൽ വീണ്ടും കുന്തിരിക്കമിടുന്നു.)

മറിയ : സ്തോത്രം.... സ്തോത്രം... കർത്താവിനു സ്തോത്രം.... യഹോവായേ, അങ്ങയുടെ സൈന്യത്തിൽ നിന്നും ആളെ അയച്ച് ഈ ദുഷ്ട പിശാശുക്കളെ നിഗ്രഹിക്കേണമേ...

(കൈകൾ ആകാശത്തിലേയ്ക്കുയർത്തിയും ഇടയ്ക്ക് മുട്ടുകുത്തി നിന്ന് നിലത്തു ചുംബിച്ചും, മറ്റു ചിലപ്പോൾ ഉച്ചത്തിൽ കരഞ്ഞ് ആർത്തു വിളിച്ചും മറിയ ഓരോന്നു പുലമ്പുകയാണ്.)

മറിയ : യഹോവായേ... പാപികളോടു കരുണയുണ്ടാകണമേ... പാപത്തിന്റെ പടുകുഴിയിൽ വീണവരെ നരകാഗ്നിയിലേയ്ക്കു തള്ളിയിടാതെ അനുതാപത്തിന്റെ വഴിയിലൂടെ സ്വർഗ്ഗരാജ്യത്തിലേയ്ക്കു കയറ്റണമേ...

(മറിയയുടെ പ്രാർത്ഥനക്കു മറുപടിയെന്നോണം. 'ആമ്മേനാമ്മേൻ' എന്നു നീട്ടിച്ചൊല്ലിക്കൊണ്ട് തോമ കടന്നുവരുന്നു. ദുർബലമായ ശരീരം. തോളിൽ തൂമ്പ. തലയിൽ തോർത്തുമുണ്ട് കെട്ടിയിരിക്കുന്നു. ആടിയാടിയാണ് നടത്തം.)

തോമ : (മറിയയ്ക്കഭിമുഖമായി മുട്ടുകുത്തി) നല്ല മാതാവേ.. മാ മറിയേ.... നിർമ്മലാ യൗസേപ്പ്... പിതാവേ(അയാൾക്ക് തുടരാൻ കഴിയുന്നില്ല. മറിയ ക്രൂദ്ധയായി അയാളെ നോക്കുകയും പിന്നീട് കൈയ്യിലുള്ള കുരിശ് അയാളുടെ നേർക്ക് പിടിക്കുകയും ചെയ്യുന്നു.)

മറിയ : ദുഷ്പിശാശുക്കളെ വേരോടെ പിഴുതെറിയണമേ.. മദ്യപാനികളോടു മാപ്പാക്കരുതേ..... അവരെ സോദോംഗമോറയിലെ ഉപ്പുതൂണുകളാക്കണമേ...

തോമ : (ഉറക്കെച്ചിരിച്ച്) കൂടിയ ചെകുത്താൻമാരൊന്നും ഈ കുരിശുവണങ്ങുകേലെന്റെ മറിയമേ..... (തോമയുടെ ചിരിയിൽ മറിയ ഉണർന്ന് സ്വബോധത്തിലേയ്ക്ക് തിരിച്ചെത്തുന്നു)

മറിയ : (ദേഷ്യപ്പെട്ട്) കൊറച്ചു കള്ള് മോന്താൻ കിട്ടിയാൽ പിന്നെ നിങ്ങക്ക് ദൈവോമില്ല.... കർത്താവുമില്ല.

തോമ : പള്ളീമില്ല, പട്ടക്കാരനുമില്ല.... കുഴിവെട്ടി തോമക്ക് കുഴിലോട്ട് പോകാൻ കാലമായെന്റെ മറിയേ, ഇനീപ്പം ഇത്തിരി കുടിച്ചാലെന്താ. കുന്തം മറിഞ്ഞാലെന്താ....

മറിയ : മറിഞ്ഞോ... കുന്തം മറിഞ്ഞോ.... മകനൊരുത്തനുള്ളവൻ വീട്ടീന്നു പോയിട്ട് ദെവസം മുന്നാലായി.

തോമ : ആരുപറഞ്ഞു മൂന്നാലു ദെവസമായെന്ന്? ഇന്നലെ പൊലരാൻ കാലത്തും അവൻ പാത്തും പതുങ്ങിം വന്നാരുന്ന്, ഞാമ്മിണ്ടാമ്പോയില്ല, നീ പള്ളീന്നു വരൂന്നേനു മുൻപേ അവൻ മുങ്ങ്യേം ചെയ്തു.

മറിയ : (അത്ഭുതത്തോടും സങ്കടത്തോടും കൂടി)വന്നാർന്നോ... അവൻ. എന്റെ ജേക്കബ് വന്നാർന്നോ? എന്നിട്ട് നിങ്ങളവനോടൊന്നും മിണ്ടീല്ലേ.

തോമ : അവൻ വല്ല്യ പഠിപ്പുകാരനല്ല്യോടി.... കുഴിവെട്ടി തോമായ്ക്ക് അവനോടെന്നാ പറയാനാ... ആ... നീ കഞ്ഞിവെളമ്പ് മറിയെ.(മറിയ അകത്തേയ്ക്കു പോകുന്നു. തോമ തലയിലെ കെട്ടഴിച്ച് പലകയെടുത്തു ഒരിടത്തിരിയ്ക്കുന്നു. അയാളുടെ ദൃഷ്ടി തിരുക്കുടുംബരൂപത്തിൽ)

തോമ : ഹയ്യടാ.... എന്തൊരു നല്ല ശേല്. അമ്മേം മോനും കലക്കി. ന്റെ ഔസേപ്പിതാവേ.... ഞാൻ കുഴിവെട്ടീം നിനക്ക് ആശാരിപ്പണീം നിങ്ങടെ മോൻ തന്നത്താൻ കഴുവേറി.... ഞാൻ, എന്റെ മോൻ എന്നെ കഴുവേറ്റും

(മറിയ കഞ്ഞിപ്പാത്രവുമായി തിരികെ എത്തുന്നു)

മറിയ : എന്നതാ ഇതിയാനിരുന്നോണ്ടു പിച്ചും പേയും പറയുന്നേ? കള്ളിന്റെ വീര്യം കർത്താവിനോടു വേണ്ടാട്ടോ....

തോമ : ഫാ! കഴുവേറീടെ മോളെ... സിമിത്തേരീല് എല്ലും തലയോട്ടീമൊക്കെ പെറുക്കണ കയ്യാ ഇത്. ഇതുകൊണ്ടൊന്നങ്ങ് തന്നാലൊണ്ടല്ലോ. ഞാനെന്നാ പെഴച്ചന്നാടീ....

മറിയ : നിങ്ങളവൻ ചോദിച്ച കാശു കൊടുത്തില്ലേ

തോമ : കൊടുക്കാൻ എന്റെയടുത്തുണ്ടായിട്ടു വേണ്ടെ.

അവൻ പഠിക്കണ പള്ളിക്കൂടത്തിൽ ചെന്നാ... അവനു കൊറച്ചില്ലല്ല്യോടി...(മറിയ വിങ്ങുന്നു) ഇമ്മടെ ദേഹത്തു മുഴുവൻ ചേറാടീ.... അവനു നാറ്റം വരും (തോമ കുടിച്ചുകൊണ്ടിരുന്ന കഞ്ഞിപ്പാത്രം താഴെവച്ച് എഴുന്നേൽക്കുന്നു.)

മറിയ : കഞ്ഞി മതിയാക്കിയോ...?

(തോമ മറുപടി പറയാതെ കയ്യും മുഖവും കഴുകി ഒരു ബീഡിയെടുത്തു ചുണ്ടത്തുവെച്ചു തീകൊളുത്തുന്നു.)

തോമ : കർത്താവു നമ്മെളെ കൈവിടുമോ? എന്റെ പ്രാർത്ഥനകളൊക്കെ

ഫലം കാണാതെ വരോ...

(മറിയ പാത്രവുമായി അകത്തേയ്ക്കു പോകുന്നു. തോമ ബീഡിയുടെ അവസാന പുകയും വലിച്ച് പായ നിവർത്തീട്ട് സാവകാശം അതിലേയ്ക്ക് ചായുന്നു. മറിയ തിരികെയെത്തി ഒരു അനിയന്ത്രിത പ്രേരണയാലെന്നവിധം കുരിശ് കയ്യിലെടുക്കുന്നു.)

മറിയ : അവന്റെ വഴികളിൽ ഇടർച്ചയുണ്ടാവരുതേ...... കാവൽ മാലാഖമാരെ ഇരു കരങ്ങളാലും അവനെ താങ്ങിക്കൊള്ളണമേ.

(ധൂമപാത്രത്തിൽ കുന്തിരിയ്ക്കമിട്ടു പുകയ്ക്കുന്നു. മരക്കുരിശ് കയ്യിലെടുത്ത് അവർ എന്തൊക്കെയോ സൂകൃതജപങ്ങൾ മന്ത്രിയ്ക്കുന്നു. തോമ ഗാഢനിദ്രയിലേക്ക് വഴുതിവീണിരിയ്ക്കുന്നു. മറിയത്തിന്റെ പിറുപിറുക്കൽ ശബ്ദം മാത്രം. ഏതോ ഉൾവിളിപോലെ മറിയ പെട്ടന്നെഴുന്നേറ്റ് ട്രങ്കുപെട്ടി തുറക്കുന്നു. അവൾ അതിൽനിന്നും ഒരു വെളുത്ത വസ്ത്രം പുറത്തെടുത്തു. അത് ഒരു കുഞ്ഞുടുപ്പാണ്. മറിയ അതിൽ മുഖമമർത്തുന്നു. അവർ ഏതോ ഓർമ്മകളിലേയ്ക്ക്)

(ഒരു ജ്ഞാനസ്നാനകർമ്മത്തിന്റെ ദൃശ്യം. മറിയയുടെ ഓർമ്മകളിൽ അശരീരി മുഴങ്ങുന്നു.)

''ഇവൻ എന്റെ, പ്രിയ പുത്രൻ, ഇവനിൽ ഞാൻ സംപ്രീതനായിരിക്കുന്നു.''

(അസ്വാഭാവികമായ കരചലനങ്ങളോടെ മറിയ സ്തോത്രം.... സ്തോത്രം എന്ന് ഉച്ചത്തിൽ ഉരുവിടുന്നു. വീണ്ടും അശരീരി)

''സാത്താനേ നീ ദൂരെപ്പോവുക, സാത്താനേ നീ അകന്നു പോവുക...''

മറിയ : (ഉച്ചത്തിൽ) സ്തോത്രം... കർത്താവേ.....വെള്ളത്താൽ സ്നാനപ്പെട്ട അവൻ ദുഷ്ടപിശാചുക്കളെ ആട്ടിപ്പായിച്ചില്ലേ.... സാത്താനേ നീ അകന്നുപോവുക, സ്തോത്രം.

(ഉന്മാദത്തിനടിമപ്പെട്ടെന്നവണ്ണം ഉച്ചത്തിൽ പുലമ്പി മറിയ ഒടുക്കം അവശയായി തളർന്ന് ഒരിടത്തിരിയ്ക്കുന്നു. സമ്പൂർണ്ണ നിശബ്ദത. അൽപ നിമിഷങ്ങൾക്കുശേഷം ആ നിശബ്ദതയെ ഭേദിച്ച് ദൂരെ നിന്നും കേട്ടു തുടങ്ങുന്ന ബൈക്കുകളുടെ ആരവം. മറിയ ഞെട്ടിയുണർന്ന് പുറത്തേയ്ക്കു നോക്കുന്നു. ബൈക്കുകൾ അടുത്തെത്തി അകന്നു പോവുന്നതിന്റെ സൂചന.)

മറിയ : (ആശ്വസിക്കും വിധം) എത്തിയെന്നു തോന്നുന്നല്ലോ... അപ്പനെ വിളിക്കണോ... വേണ്ട... തമ്മിക്കണ്ടാ.... കഞ്ഞിയെടുത്തുവെയ്ക്കാം.

(മറിയ അകത്തേയ്ക്ക് പോകുന്നു. അൽപസമയത്തിനകം ജേക്കബ് കടന്നുവരുന്നു. അലസമായ വസ്ത്രധാരണം. കണ്ണുകളിൽ ഉറക്കച്ചടവ്, അകത്തുകടന്ന ജേക്കബ് അവിടമാകെ നിരീക്ഷിക്കുന്നു. തോമ

യ്ക്കരികെയെത്തി ഉറങ്ങിയോയെന്ന് നോക്കുന്നു. പിന്നെ ശബ്ദമുണ്ടാക്കാതെ ഷർട്ടഴിച്ച് അയയിൽ തൂക്കുന്നു. മറിയ വരുന്നു.)

മറിയ : മേലുകഴുകീട്ടുവാ...കഞ്ഞിയെടുത്തുവച്ചിട്ടുണ്ട്

ജേക്കബ് : വേണ്ട... കഴിച്ചിട്ടാ വന്നെ.

മറിയ : നിനക്കിഷ്ടമുള്ള തേങ്ങാച്ചമ്മന്തിയൊണ്ട്. മുളകുചൂട്ടെടുത്തരച്ചൊണ്ടാക്കീതാ... കൊറച്ചെടുക്കട്ടേടാ.

(മറിയയുടെ സ്നേഹമസൃണമായ പെരുമാറ്റത്തിനു മുൻപിൽ നിസ്സഹായനായി പലകയെടുത്തിട്ടിരുന്നു. മറിയ കഞ്ഞിപാത്രമെടുത്ത് അവനരികെ വന്നിരുന്നു വിളമ്പുന്നു.)

മറിയ : എത്ര ദെവസമായെടാ എന്റെ മോനെ ഒന്നു നേരിൽ കണ്ടിട്ട്?

ജേക്കബ് : കുറച്ച് തെരക്കൊണ്ട്.....കോളേജിൽ

മറിയ : യൂണിയൻ പരിപാടിയാണോടാ... ഈ വേണ്ടാത്ത സമരോം കൊണ്ടു നടന്നാൽ പഠിപ്പൊക്കെ ഒഴപ്പത്തില്ലായോടാ....

ജേക്കബ് : ആ (താൽപര്യരഹിതമായി കഞ്ഞി സ്പൂൺകൊണ്ടു കോരിക്കുടിക്കുന്നു. ഇതിനിടയിൽ അയാളുടെ മൊബൈൽ ശബ്ദിക്കുന്നു. വേഗം എഴുന്നേറ്റ് അയയിലിട്ട ഷർട്ടിന്റെ പോക്കറ്റിൽ നിന്നും മൊബൈലെടുത്തു സംസാരിയ്ക്കുന്നു.) ഹലോ... ആ.... ശരി... ഞാൻ നാളെ കാണാം. ഓ.കെ(ഫോൺ കീശയിൽ തിരികെ വച്ച് അയാൾ കൈകഴുകാൻ പോയി) മതി....

മറിയ : നീ ആരോടാ വർത്തമാനം പറഞ്ഞെ? ആ പൊങ്കൊച്ചാണോ?

(ജേക്കബ് രൂക്ഷമായി മറിയയെ നോക്കുന്നു.)

ഇന്നാളൊരു ദെവസം നിന്നെ തെരക്കി അവളു വന്നാരുന്നു.

(ജേക്കബ് അലക്ഷ്യമായി എങ്ങോട്ടോ നോക്കിനിൽക്കുകയാണ്.)

മറിയ : അവള്....? ആ പൊങ്കൊച്ച്.....?

ജേക്കബ് : ഒന്നു നിർത്ത്വോ...? ഞാൻ കെടക്കണോ അതോ വന്ന വഴി പോണോ?

(ജേക്കബ് പറഞ്ഞു നിർത്തിയതും തോമ ചാടിയെഴുന്നേറ്റതും ഒരുമിച്ചായിരുന്നു. അയാൾ ഒറ്റച്ചാട്ടത്തിനു തൂമ്പ കയ്യിലെടുത്തു.)

തോമ : (അലറും വിധം) പൊയ്ക്കോടാ.... ഇറങ്ങിപ്പോടാ... അല്ലെങ്കിൽ ഈ തൂമ്പാകൈകൊണ്ട് ഒറ്റ അലക്ക് ഞാനലക്കകും.

(മറിയ ഇരുവർക്കുമിടയിൽ കയറി 'അയ്യോ വേണ്ടായെ' എന്നലറിക്കൊണ്ട് നിൽക്കുന്നു. ജേക്കബ് തിരിഞ്ഞ് അയയിൽനിന്നും ഷർട്ട്

വലിച്ചെടുത്ത് പുറത്തേയ്ക്കിറങ്ങിപ്പോകുന്നു. മറിയ 'എന്റെ മകനേ' എന്നുവിളിച്ച് പിറകേ പോകാൻ തുടങ്ങുമ്പോൾ തോമ അവരുടെ തോളിൽ പിടിച്ചു നിർത്തുന്നു.)

അടയ്ക്കാർന്നപ്പം മടീലുവെച്ചു.... ഇപ്പോ അവൻ മരമായി... പോട്ടെടീ... പോയി കഴുവേറട്ടെ... മകനായി ജനിച്ചൂന്നുംവെച്ച്.

(മറിയ തെല്ലിട അനങ്ങാതെ നിന്ന ശേഷം ഒരു ആന്തരീക പ്രചോദനമെന്നവിധം സാവകാശം മുന്നോട്ടു നടന്ന് കുരിശെടുത്ത് തിരുക്കുടുംബചിത്രത്തിനു മുൻപിൽ മുട്ടുകുത്തുന്നു. ആരംഭത്തിൽ കേട്ട വന്യസംഗീതം കുന്തരിക്കം പുകയോടൊപ്പം അവിടമാകെ ഉയരുന്നു. ഇരുളും പരക്കുന്നു.)

രംഗം രണ്ട്

(ജേക്കബിന്റെ കാമുകി സ്റ്റെഫിയുടെ ഹോസ്റ്റൽ മുറി. ഒപ്പം പഠിക്കുന്ന വിനീതയാണ് സഹവാസി. രണ്ട് കിടക്കകളും ഒരു പഠന മേശയും കസേരകളും കലണ്ടർ ചിത്രങ്ങളും.

കുറേയധികം മോട്ടോർ ബൈക്കുകളുടെ കൂട്ടത്തോടെയുള്ള ഇരമ്പലിന്റെ ഉച്ചസ്ഥായിയിലാണ് അരങ്ങിൽ പ്രകാശം വരുന്നത്. ഏതോ വന്യവും വിചിത്രവുമായ സ്വപ്നം കാണുന്ന മട്ടിൽ സ്റ്റെഫിയുടെ അസ്വസ്ഥതകളും നിലവിളികളും കേൾക്കുന്നുണ്ട്. ബൈക്കുകളുടെ ഇരമ്പം അവസാനിയ്ക്കുമ്പോൾ എങ്ങുനിന്നോ പൊട്ടിവീണപോലെ മുഖം വെളുത്ത തുണികൾകൊണ്ട് മറച്ച ഏതാനും ആൾരൂപങ്ങൾ. അവരുടെ കൈകളിൽ വിലങ്ങുകളുണ്ട്. ഒരു അലർച്ചയോടെ സ്റ്റെഫി ചാടിയെഴുന്നേറ്റ് ചുറ്റും നോക്കുമ്പോൾ ആൾരൂപങ്ങൾ അപ്രത്യക്ഷം. ആകെ പരവശയായ അവൾ എഴുന്നേറ്റ് ജനാലയിലൂടെ പുറത്തേയ്ക്കു നോക്കുന്നു. ഒന്നും കാണായ്കയാൽ തിരികെയെത്തി കട്ടിലിലിരുന്നു. ആദ്യം അവൾ നെറ്റിയിൽ കുരിശു വരച്ചു. പിന്നെ കോളുകൾ തിരഞ്ഞു. ഒന്നും കാണായ്കയാൽ ഏതോ ഒരു നമ്പർ ഡയൽ ചെയ്യുന്നു. മൊബൈൽ ഫോൺ കട്ടിലിലേയ്ക്കിടുന്നു. എഴുന്നേറ്റ് അങ്ങുമിങ്ങും നടക്കുന്നു. എന്തൊക്കെയോ പിറുപിറുക്കുന്നു. സ്റ്റെഫിയുടെ ഈ അസ്വസ്ഥതകൾ കണ്ടുകൊണ്ടാണ് വിനീത ഉറക്കമുണരുന്നത്.)

വിനീത : ഗുഡ് മോർണിംഗ്? ഇന്നെന്താ ഒരു നടപ്പുദീനം? യോഗ, ഭജന...

ഒന്നുമില്ലേ.

സ്റ്റെഫി : സ്വപ്നം... അതൊരു വല്ലാത്ത സ്വപ്നമായിരുന്നു. വിനീ...

വിനീത : അതുശരി, അപ്പോ വന്യസ്വപ്നങ്ങളും കണ്ടുതുടങ്ങിയിരിക്കുന്നുവല്ലേ.

സ്റ്റെഫി : തമാശല്ല, ശരിക്കും പേടിപ്പിച്ചു കളഞ്ഞു, കുറേ മോട്ടോർ സൈക്കിളുകളുടെ നിർത്താത്ത ഇരമ്പം,

വിനീത : എന്നുവച്ചാൽ... ഉപേക്ഷിച്ചു കളഞ്ഞ കാമുകന്മാർ ഒന്നൊന്നായി.... പിന്നെ സംഘമായി....

സ്റ്റെഫി : വിനീതാ... Please... please listen me . ബൈക്കുകളുടെ ഇരമ്പം അവസാനിച്ചപ്പോൾ മുഖം മറച്ച് കുറേ ചെറുപ്പക്കാർ... അവരുടെ കൈകളിൽ വിലങ്ങുകളുണ്ടായിരുന്നു. ഒപ്പം കുറേ പോലീസുകാരും

വിനീത : ഓ. അതുശരി, അതാണു കാര്യം. പത്രവാർത്തകൾ.... ടി.വി. ന്യൂസുകൾ... Media hunting syndrome .... കാര്യങ്ങൾ കൊഴപ്പത്തിലേയ്ക്ക് നീങ്ങിത്തുടങ്ങിയിരിക്കുന്നു. ഇനി എത്രയും വേഗം അവനെ പിടിച്ചകൊണ്ടുവന്ന് 'എന്നെ കെട്ടിത്തുലയെടാ' എന്നു പറയണം.

സ്റ്റെഫി : ഒന്നു നിർത്തുന്നുണ്ടോ? നീ എന്നെ ഒട്ടും മനസ്സിലാക്കുന്നില്ല.

വിനീത : അതിനു ജേക്കബ് ഒരു പാവമാണെന്നല്ലേ നീ പറഞ്ഞത്.

സ്റ്റെഫി : അതെ... അവൻ പാവം തന്നെയാ....

വിനീത : പള്ളീലെ കുഴിവെട്ടുകാരൻ തോമയുടെയും ഓസ്തിക്കാരി മറിയയുടേയും ഏക മകൻ. ദാരിദ്രം.... കഷ്ടപ്പാട്, ജീവിതത്തോട് സമൂഹത്തോട് അടങ്ങാത്ത കലാപതൃഷ്ണ, മികച്ച കാമ്പസ് കവിക്കുള്ള അവാർഡ് നേടിയ അവനെ ഇന്റർവ്യൂ ചെയ്തപ്പോൾ നീ കൊടുത്ത ക്യാപ്ഷനെന്തായിരുന്നു....?'ശ്മശാനത്തിൽ വിടർന്ന ശംഖുപുഷ്പം'....

സ്റ്റെഫി : അത്... അപ്പനോടൊപ്പം അവനും കുഴിവെട്ടാൻ പോകാറുണ്ടായിരുന്നുപോലും! ശ്മശാനങ്ങളെ അവൻ സ്നേഹിക്കുന്നുവെന്ന് എപ്പോഴും പറയാറുണ്ട്.

വിനീത : ഓകെ. അതിനിപ്പം എന്തുണ്ടായി ഇവിടെ? സ്വപ്നം... വെറും ഒരു ദുസ്വപ്നം മാത്രം. അതേപ്പിടിച്ച് ഇന്നത്തെ ദിവസം കളയണ്ടാ... എഴുന്നേൽക്ക്. പ്രൊജക്ടും അസൈൻമെന്റുമൊക്കെ Submit ചെയ്യേണ്ട ദിവസമാ... വേഗം റെഡിയാകാൻ നോക്ക്.

(വിനീത അയയിൽ നിന്നും ടർക്കി ടൗവ്വൽ വലിച്ചെടുത്ത് പേസ്റ്റും സോപ്പുമൊക്കെയായി അകത്തേയ്ക്ക്. സ്റ്റെഫി കുറച്ചു സമയം വെറുതെയിരുന്നു. വീണ്ടും മൊബൈൽ ഫോണെടുത്ത് പല ആവർത്തി ഡയൽ ചെയ്യുകയും ചെവിയിൽ വെച്ചു നോക്കുകയും ഒടുക്കം നിരാശയോടെ ഫോൺ താഴെ വയ്ക്കുന്നു. ഈ ദൃശ്യം കണ്ടുകൊണ്ടാണ് വിനീത പുറത്തേയ്ക്ക് വരുന്നത്)

വിനീത : എന്താ? പ്രതികരണമൊന്നുമില്ല. Out of range? your call is waiting?

സ്റ്റേഫി : മണ്ണാങ്കട്ട. വിളിയ്ക്കുമ്പോഴൊക്കെ Swich off ന്നാ പറയുന്നെ. ഞാൻ ഇന്നലെ മുതൽ try ചെയ്യുന്നതാ. ഈയിടെയായി അവനെ കോളേജിൽ തന്നെ കാണലു കുറവാ.

വിനീത : ഹോ... ഈ പ്രണയത്തിന്റെ ഒരു ഉത്തരാധുനിക സംഘർഷ മേ..... കാത്തിരിയ്ക്കുന്ന ആ Particular ring tone കേൾക്കാതാവുമ്പോ ഴുള്ള ഒരു തരം പിടച്ചില്. ഇരിക്കപ്പൊറുതിയില്ലായ്മ. (വിനീത മുടിയ ഴിച്ചിട്ട് ചിക്കിക്കുടഞ്ഞ് കുളിയ്ക്കുവാനായി വീണ്ടും അകത്തേയ്ക്ക്. സ്റ്റെഫി കിടക്കയിൽ നിന്നും എഴുന്നേറ്റ് അങ്ങുമിങ്ങും നടക്കവേ മേശ പ്പുറത്തുനിന്നും ഒരു കോളേജ് മാഗസിൻ കണ്ടെത്തി അതെടുത്ത് ധൃതി യിൽ പേജുകൾ മറിച്ച് ഒരു പ്രത്യേക പേജ് കണ്ടെത്തി അതിൽ ദൃഷ്ടി യുറപ്പിക്കുന്നു. പശ്ചാത്തലത്തിലുയരുന്ന പുരുഷശബ്ദത്തിലുള്ള ഒരു കവിതാലാപനത്തോടൊപ്പം പ്രകാശം സ്റ്റെഫിയിൽ കേന്ദ്രീകരിച്ച് പിന്നീട് ലോപിച്ച് ഇരുളാകുന്നു.)

രംഗം മൂന്ന്

(കാമ്പസിനുള്ളിലെ വിജനമായ ഒരു കുന്നിൻപുറം ഒരു മരച്ചുവട്ടിൽ കുട്ടികൾക്ക് വട്ടമിട്ടിരിക്കാനുള്ള പാറക്കല്ലുകൾ. ഏതാനും ബോർഡു കൾ. ഒരു പണിതീരാത്ത ശിൽപം. മരത്തിൽ പാത്ത് ഫൈൻഡർ - (Path finder) എന്നൊരു ബോർഡ് സ്ഥാപിച്ചിട്ടുണ്ട്. സ്റ്റെഫിയുടെ ഓർമ്മ കളിൽ നിന്നുമാണ് ഈ രംഗം ആരംഭിക്കുന്നത്. മുൻ രംഗത്തിൽ ആരം ഭിച്ച കവിത ഒരു വിദ്യാർത്ഥി ആലപിച്ചുകൊണ്ടിരിക്കുന്നു. ഏതാനും പേർ ചുറ്റിലുമുണ്ട്. അൽപം ദൂരെ മാറി ഒരിടത്ത് ജേക്കബുമുണ്ട്.)

കവിത : ജ്ഞാനസ്നാനത്തിന്റെ ജല കണികകൾ

ശിരസിലിനിയും വറ്റാതെ, വരളാതെ

കുമ്പസാരത്തിൽ പറഞ്ഞ പാപങ്ങളൊക്കെയും

പിന്നെയും പിന്നെയും കുത്തിനോവിക്കുന്നു.

ആരാച്ചാരുടെ കണ്ണിൽ അൽപവും

കാരുണ്യം ഞാൻ കണ്ടില്ല.

അറവുകാരന്റെ കഠാരയിൽ

പറ്റിപ്പിടിച്ച മാംസക്കഷ്ണങ്ങൾ..... രക്തത്തുള്ളികൾ

മോക്ഷരാജ്യത്തിലേക്കുള്ള വഴികളിൽ

കുണ്ടും കുഴികളും കീടനാഗങ്ങളും...

(കവിതാലാപനത്തിന്റെ മധ്യാവസ്ഥയിലായപ്പോൾ ജേക്കബിന് വല്ലാത്ത പിരിമുറിക്കം അനുഭവപ്പെടുന്നുണ്ട്. അവസാന വരികളിലെത്തുമ്പോഴേക്കും അവൻ ചാടിയെഴുന്നേൽക്കുന്നു.)

ജേക്കബ് : നിർത്തെടാ..... ഇനി ഒറ്റവരി വായിച്ചുപോകരുത്.

സുഹൃത്ത് : ജേക്കബ്ബ്... ഇത് നിന്റെ പ്രിയ കവിതയല്ലേ... അവാർഡ് കവിത.

ജേക്കബ് : വിശദീകരണം വേണ്ട. വായിക്കണ്ടാന്നുപറഞ്ഞാൽ അതു കേട്ടാ മതി.

സുഹൃത്ത് 2 : ജേക്കബിന്റെ കവിതകൾ ആത്മവ്യഥകളുടേയും സ്വത്വാനേഷണങ്ങളുടേയും ഹൃദയാവർജകമായ ആവിഷ്ക്കാരങ്ങളാണ്.

സുഹൃത്ത് 1 : ജേക്കബിന്റെ കവിതകൾ അരികിലാക്കപ്പെടുന്നവന്റെ ആത്മരോദനമാണ്.

ജേക്കബ് : (ക്ഷമകെട്ട്) ഒന്നു നിർത്തുന്നുണ്ടോ?

സുഹൃത്ത് 2 : ഇത് ഞങ്ങളുടെ കമന്റ്സല്ല.... നിന്റെ സ്റ്റെഫിഗ്രാഫിന്റേത്.

ജേക്കബ് : ഒരു പിണ്ണാക്കും വേണ്ട....

സുഹൃത്ത് 2 : നാം വഴി അന്വേഷിക്കുകയല്ലേ ജേക്കബ്.... പാത്ത് ഫൈൻഡേർസ്.

സുഹൃത്ത് 1 : (നാടകീയമായ ശബ്ദത്തിൽ സമീപത്തുകൂടെ അവരെ കടന്ന് പോകുന്ന പെൺകുട്ടികളോടെന്ന രീതിയിൽ) ചേച്ചിമാരെ... കൂട്ടുകാരികളെ.... വഴി അന്വേഷിക്കുകയാണോ..... നമ്മുടെ വഴി അന്വേഷിച്ച് കണ്ടെത്താം. (അവർ മൈന്റു ചെയ്തില്ലെന്ന് മുഖഭാവം വ്യക്തം) വരൂ.... വരൂ... ങേ.... പോവുകയാണോ....

സുഹൃത്ത്2 : ആ പെമ്പിള്ളാർക്ക് എന്തു വഴിയാടാ കണ്ടുപിടിക്കേണ്ടത്... വഴിയൊക്കെ അവളുമാരുടെ തന്തമാര് കണ്ടെത്തിക്കഴിഞ്ഞുകാണും. IT, BT, LONDON at last ബാംഗ്ലൂർ ഇൻഫോസിസിൽനിന്നും നല്ല കിണ്ണൻ ചെക്കന്മാർ.

സുഹൃത്ത് 1 : ജേക്കബേ... നമുക്കൊരു സിനിമയ്ക്കു പോയാലോ....

ജേക്കബ് : ഞാനില്ല.

സുഹൃത്ത് 1 : ഈയിടെയായി നിന്റെ യാത്രകൾ തനിയെയാണ്.

സുഹൃത്ത് 2 : നീ കുറെശ്ശെ കുറെശ്ശയായി സംഘടനയിൽ നിന്നും വലിയുന്നുവെന്ന് Report ഉണ്ട്.

ജേക്കബ് : (അവനെ കടന്നുപിടിയ്ക്കുന്നു) ഏരിയാകമ്മിറ്റിയുടെ ചാരന്മാരായി ഞാൻ ആരെയൊക്കെയാ സംശയിക്കേണ്ടത്? നിന്നെ...? (രണ്ടാമനോട്) നിന്നെ.... സംഘടന!! എനിയ്ക്കു മടുത്തു. അർത്ഥശൂന്യമായ മുദ്രാവാക്യങ്ങൾ.... അടിസ്ഥാനവർഗത്തെക്കുറിച്ചുള്ള വായ്ത്താരികൾ... കുഴിവെട്ടികൾ എന്നും കുഴിവെട്ടികൾ തന്നെയായി തുടരും.

സുഹൃത്ത് 2 : അപ്പോൾ നീ സംഘടന വിടുകയാണോ?

ജേക്കബ് : മനുഷ്യർക്ക് മാറ്റങ്ങളുണ്ടാവും. അത് സ്വാഭാവികം മാത്രമാണെന്നു കരുതരുത്.

(വിനീതയും സ്റ്റെഫിയും അവിടേയ്ക്കു കടന്നുവരുന്നു. കൈകളിൽ പുസ്തകങ്ങളും ഫയലുമൊക്കെയുണ്ട്.)

സുഹൃത്ത് 1 : ഹാ... നിങ്ങളു വന്നല്ലോ... ജേക്കബിനെന്താ Mood out...

സുഹൃത്ത് 2.: ഒരു തരം കമ്മ്യൂണിക്കേഷൻ ഗ്യാപ്

സുഹൃത്ത് 1 : നിങ്ങളൊന്ന് ശ്രമിച്ചു നോക്ക്....(അവർ കുന്നിൽ ചരുവിൽ മറയുന്നു)

സ്റ്റെഫി : വിനീത... നീ നടന്നോ. ഞാൻ കുറച്ചു കഴിഞ്ഞു വരാം.

വിനീത : ഗേറ്റടയ്ക്കുന്നതിനുമുൻപെത്തിയില്ലെങ്കിൽ.... അറിയാമല്ലോ... മേട്രൻ....(വിനീത മറയുന്നു. ജേക്കബ് വിനീതയ്ക്കു മുഖം കൊടുക്കാതെ ഒരിടത്തിരിക്കുന്നു.)

സ്റ്റെഫി : ഒരു ക്ലാസിലും കയറില്ലാന്നു തീരുമാനമെടുത്ത മട്ടാണല്ലോ..

ജേക്കബ് : ഉപദേശിക്കാനാണ് വന്നതെങ്കിൽ കൂട്ടികാരിയുടെ ഒപ്പം പോകുന്നതാ നല്ലത്.

സ്റ്റെഫി : നീ ആരോടാ ജേക്കബ് ഇങ്ങനെ കലാപം ചെയ്യുന്നത്..?

(ജേക്കബ് എഴുന്നേറ്റ് പോകാൻ. തുടങ്ങുമ്പോൾ സ്റ്റെഫി അവന്റെ കൈയ്യിൽ പിടിച്ചു നിൽക്കുന്നു.)

സ്റ്റെഫി : നിൽക്ക് പിണങ്ങാനല്ല... എന്നോടു പിണങ്ങാൻ നിനക്കു കഴിയുമോടാ...(സ്റ്റെഫിയുടെ ദൃഷ്ടികൾ ജേക്കബിന്റെ മുഖത്താണ്. അവന് ഏറെ നേരം പിടിച്ചുനിൽക്കാൻ കഴിയുന്നില്ല) ഹാവൂ... ഒന്നു തെളിഞ്ഞല്ലോ..... വാ... നമുക്ക് കാന്റീനിൽ പോകാം. ഒരു ഐസ്ക്രീം എന്റെ വക.

ജേക്കബ് : വേണ്ട

(സ്റ്റെഫി തെല്ലു രൂക്ഷമായിത്തന്നെ നോക്കുന്നു)

സ്റ്റെഫി : എന്താ നിന്റെ പുതിയ പ്രെജക്ട്...?

ജേക്കബ് : (ഒന്നു പരുങ്ങി പിന്നെ ധൈര്യം സംഭരിച്ചെന്നവണ്ണം) നമുക്ക് ഒരു യാത്ര വേണം.

സ്റ്റെഫി : (ആഹ്ലാദത്തോടെ) യാത്രയോ... അതു കൊള്ളാമല്ലോ... എവിടെയ്ക്കാ....

ജേക്കബ് : ദൂരെ... ദൂരെയെവിടെയെങ്കിലും... എനിക്ക് നിന്നോട് കുറേ സംസാരിക്കണം.

സ്റ്റെഫി : അതിനത്ര ദൂരം പോണോ? ഇവിടെയെവിടെയെങ്കിലും വച്ചു പറഞ്ഞാൽപ്പോരെ.

ജേക്കബ് : പോരാ നീ എനിയ്ക്കൊപ്പം വരണം. എന്റെ കൈയ്യിൽ പണമുണ്ട്. നീ പോരുമോ ഇല്ലയോ?

സ്റ്റെഫി : ജേക്കബ്ബ് നീ എന്താ വല്ലാത്തപോലെ ചോദിക്കുന്നെ? നിന്റെയൊപ്പം വരാൻ എനിക്കു ഭയമൊന്നുമില്ല. പക്ഷേ അതെവിടെയ്ക്കാണെന്നു പറയാതേ ഞാനെങ്ങനെയാ.

ജേക്കബ് : ആ യാത്ര അവസാനിക്കുന്നത് ഒരു വിജനപ്രദേശത്താകാം... അല്ലെങ്കിൽ.... ഒരു ഹോട്ടലിലാവാം.

സ്റ്റെഫി : (അത്ഭുതത്തോടെ) നീ, നീ എന്താണുദ്ദേശിക്കുന്നത്.

ജേക്കബ് : എന്താ ഭയമുണ്ടോ എന്നോടൊപ്പം വരാൻ

സ്റ്റെഫി : ചോദ്യം ചോദിച്ചെന്നെ കുഴക്കരുത്? എന്താ നിന്റെ ആഗ്രഹമെന്നു പറയൂ.

ജേക്കബ് : (തെല്ലിടെ നിർത്തി, പിന്നെ വ്യത്യസ്ഥവും വന്യവുമായ ഭാവത്തോടെ) എനിയ്ക്കാരെയെങ്കിലും ഭോഗിക്കണം... അല്ലെങ്കിൽ കൊല്ലണം

(സ്റ്റെഫി സ്തംഭിച്ച് നിന്നുപോകുന്നു. അവൾക്ക് വിശ്വസിക്കുവാൻ കഴിയുന്നില്ല. വികാരക്ഷോഭം കൊണ്ട് തുറിച്ചുപോയ അവളുടെ കണ്ണുകൾ സാവകാശം കൂമ്പി, ഒരു പൊട്ടിക്കരച്ചിലിലേക്ക് വഴിമാറുന്നു. നിറമിഴികളിലൂടെ അവൾ ജേക്കബിനെ ഒന്നു നോക്കി, മുഖവും പൊത്തി ഒരിടത്തിരിക്കുന്നു. ജേക്കബ് അൽപം അന്ധാളിപ്പോടെ അത് നോക്കിനിൽക്കുന്നു. കിതപ്പൊന്നടങ്ങി അയാൾ ശാന്തനായി തലയും കുമ്പിട്ട് അൽപംമാറി ഒരിടത്തിരിക്കുന്നു. ഒരു മോട്ടോർ ബൈക്ക് കുന്നിൻ മുകളിലേയ്ക്ക് ഇരച്ചുകയറുന്ന ശബ്ദം. ജേക്കബ് അത് ശ്രദ്ധിക്കുന്നില്ല. പരമ്പരാഗത മുസ്ലീം വേഷധാരികളായ രണ്ടു ചെറുപ്പക്കാർ അവിടേയ്ക്കെത്തുന്നു. ഒരാൾ മൊബൈൽ ഫോണിൽ എന്തോ സംസാരിക്കുന്നുണ്ട്. മറ്റെയാൾ ജേക്കബിനരികെയെത്തുന്നു. ജേക്കബ് അയാളെ കണ്ടതും ഞെട്ടിയെഴുന്നേറ്റു.)

ആഗതൻ : പുറപ്പെടുവല്ലേ, നമ്മക്ക് ബൈക്കിനു പോകാം.(ജേക്കബ്

ശരിയെന്ന അർത്ഥത്തിൽ തലയാട്ടുന്നു. അയാൾ ഇടയ്ക്ക് സ്റ്റെഫിയെ നോക്കുന്നു. അപരിചിതരെ കണ്ട് അന്തംവിട്ട് നില്ക്കുകയാണവൾ.)

ജേക്കബ് : (സ്റ്റെഫിയുടെ അരികിലെത്തി) പോട്ടെ. തിരക്കാണ്. പിന്നെ കാണാം.

(സ്റ്റെഫി അവനെ വെറുതെ നോക്കുകമാത്രം ചെയ്യുന്നു. ആഗതരിലൊരാൾ മൊബൈൽ ഫോൺ സംഭാഷണത്തിനിടെ സ്റ്റെഫിയെ ഗാഢമായും ആർത്തിയോടെയും നോക്കുന്നുണ്ട്)

ആഗതൻ : (മറ്റിരുവർക്കും ഒപ്പം നടന്നുകൊണ്ട്) മ്മക്കു കാണാം സഹോദരി... ഇപ്പം ബരട്ടെ....

(മൂവരും മറയുന്നു. ബൈക്കുകൾ സ്റ്റാർട്ട് ചെയ്ത് ദൂരേയ്ക്ക് അകന്ന് കടന്നുപോകുന്ന ശബ്ദം, അവിടേയ്ക്കു നോക്കി നിൽക്കുന്ന സ്റ്റെഫി, രംഗം ഇരുളുന്നു.)

രംഗം നാല്

(സ്റ്റെഫിയുടെ ഹോസ്റ്റൽ മുറി, സ്റ്റെഫി ഓർമ്മകളിൽ നിന്നും തിരിച്ചെത്തുകയാണ്. കൈയ്യിലുണ്ടായിരുന്ന മാഗസിൻ അവൾ മേശപ്പുറത്തിട്ട്)

സ്റ്റെഫി : (സ്വഗതം) അവന്റെ കണ്ണുകൾക്ക് അപ്പോൾ ചോരയുടെ നിറമായിരുന്നു. അവന്റെ വായിൽ രണ്ടു തേറ്റകൾ രൂപപ്പെട്ടുവരുന്നതുപോലെ തോന്നി.(വിനീത അകത്തുനിന്നും ഈറൻ മാറി കടന്നുവരുന്നു)

വിനീത : രാവിലെ തന്നെ എന്താ പെണ്ണേ ഇങ്ങനെ പിച്ചും പേയും പറയുന്നത്?

സ്റ്റെഫി : (അവളെ നോക്കി) എനിക്കു പേടിയാകുന്നു, വിനീതാ.... കഴിഞ്ഞാഴ്ച ജേക്കബിനെ കാണുമ്പം അവൻ ഭ്രാന്തുപിടിച്ചതുപോലെയായിരുന്നു. സ്റ്റുഡൻസല്ലാത്ത ആരുമായൊക്കെയോ ആണ് അവന്റെ ഇപ്പോഴത്തെ കൂട്ടുകെട്ട്.

വിനീത : ചിലരങ്ങനാ.. സ്റ്റെഫി... നാലു പുത്തനുള്ള ആരെയെങ്കിലും കൂട്ടിനു കിട്ടിയാൽ... കാലം മാറുവാ മോളെ.... പഴയ ആദർശ പ്രണയത്തിനൊന്നും ഇനി ഒരു സ്കോപ്പുമില്ല.

സ്റ്റെഫി : പള്ളിയിൽ ആൾത്താര ബാലനായിരുന്ന കാലം മുതൽ ഞാൻ കാണുന്നതാ ജേക്കബിനെ, വേദപാഠക്ലാസ്സുകളിൽ അവൻ എന്തൊരു ഉത്സാഹിയായിരുന്നു. അവനെന്താ പറ്റിയെ?

വിനീത : വിഷമിക്കാതേ സ്റ്റെഫി... നമുക്കൊരു ദിവസം അവനെ കണ്ട് ഡീറ്റയിൽ ആയിട്ടൊന്നു സംസാരിക്കണം.

(വിനീത ഒരു ടവ്വലെടുത്ത് അവളുടെ കയ്യിൽ കൊടുത്തുകൊണ്ട്) പോയി കുളിക്ക്... തലയൊന്ന് തണുക്കട്ടെ. ചെല്ല്. ഒക്കെ ശരിയാവും (അനുസരണയുള്ള ഒരു കുട്ടിയെപോലെ സ്റ്റെഫി അകത്തേക്ക്. വെളിച്ചം പൊലിയുന്നു.)

രംഗം അഞ്ച്

(ഇറച്ചിവെട്ടുകാരൻ അൻസാരിയുടെ അറവുശാല, തൂക്കിയിട്ടിരിക്കുന്ന ഇറച്ചിക്കഷ്ണങ്ങൾ. വെട്ടിയെടുത്ത ഒരു പോത്തിൻ തല നാലാൾ കാണുംവിധം പ്രദർശിപ്പിച്ചിരിക്കുന്നു.

വെളിച്ചം വരുമ്പോൾ, ഗൗരവം കലർന്ന മുഖഭാവത്തോടെ അൻസാരി മാംസം വെട്ടിയിരിയുകയാണ്. കൗതുകത്തോടെ അതു നോക്കി നിൽക്കുന്ന ഏതാനും ആളുകൾ)

ഒന്നാമൻ : അൻസാരിക്കാ..... ഇപ്പം ഉരുവിന്റെ വരവൊക്കെ കുറഞ്ഞൂന്ന് കേക്കണത് നേരാ.... (അൻസാരി ഒന്നു മൂളുക മാത്രം ചെയ്യുന്നു)

രണ്ടാമൻ : പൊത്തെറിച്ചീടെ വെലയിങ്ങനെ അടിയ്ക്കടി കേറിയാ എന്നാ ചെയ്യും എന്റെ കർത്താവേ.....

മൂന്നാമൻ : നിങ്ങളു വേണമെങ്കിൽ തിന്നാ മതി ചങ്ങാതീ.

രണ്ടാമൻ : എന്നുപറഞ്ഞാലെങ്ങനാ ഊവ്വേ? ഞങ്ങളുടെ ആൾക്കാര് പരമ്പരാഗതമായി പോത്തെറച്ചി തിന്നു ശീലിച്ചവരാ. പെട്ടെന്നിതങ്ങുപേക്ഷിക്കാൻ പറഞ്ഞാ നടപ്പൊള്ള കാര്യമാണോ? (ജേക്കബ് അവിടേക്കു കയറിവരുന്നു. അവൻ അൻസാരിയെ ഒന്നു നോക്കി. അൻസാരി മുഖം കൊണ്ട് എന്തോ ചില സൂചനകൾ നൽകി, ജേക്കബ് ഒരരികു ചേർന്ന് നിൽക്കുന്നു.)

ഒന്നാമൻ: ഒരൊറ്റ ഉരു കർണ്ണാടകത്തിന്റെ ബോഡറു കടക്കുന്നില്ല. കടത്തി വിടൂല്ലാന്നു ഗൗഡന്മാരും പറഞ്ഞാ പറഞ്ഞതു തന്നെയാ.

(അൻസാരി ഒരു പ്രതിഷേധധ്വനിയെന്നവണ്ണം ഉച്ചത്തിൽ വെട്ടിയരിയുന്നു)

മൂന്നാമൻ : കാശുകൊടുത്താൽ എവിടുന്ന്, എന്താടാ കിട്ടാത്തത്? പക്ഷേ കാശു വേണം. (ജേക്കബിനെ നോക്കി) എന്നേം കുഴിവെട്ടി തോമേനേം പോലുള്ളവർക്ക് ഇതൊക്കെ കിട്ടാക്കനിയായി മാറുമോ.

അൻസാരി : (അവർക്ക് മാംസം പൊതിഞ്ഞു കൊടുത്തുകൊണ്ട്)

ഇങ്ങള് സ്വന്തം കാര്യം പറയുന്നതാ നല്ലത്... ഇന്നാ ബേം സ്ഥലം വിട്... പിന്നെ ഈ ദുനിയാവില് ഏടെ പോത്തൊണ്ടെങ്കിലും ഞമ്മളറക്കും, അറത്തുകൊന്ന് വില്പന നടത്തും. ഒരുത്തനും തടയൂല്ല.

(അൻസാരിയുടെ വാക്കുകൾ അമ്പരപ്പോടെ കേട്ട് ആളുകൾ പെട്ടെന്നുതന്നെ സ്ഥലം വിടുന്നു. എല്ലാവരും പോയെന്നുറപ്പായപ്പോൾ അയാൾ ജേക്കബിനെ അരികിൽ വിളിച്ചു.)

പടച്ചോൻ പടച്ചിട്ട ദുനിയാവില് എല്ലാവർക്കും സമാസമാ അവകാശം. (അയാൾ ട്രൗസറിന്റെ കീശയിൽ നിന്നും ഒരു പൊതിയെടുത്ത് കൊടുക്കുന്നു) ദാ... ആയിരം ഉറുപ്യന്റെ കൂപ്പണുണ്ട്. (ജേക്കബ് അതു വാങ്ങുന്നു) പൈസ എന്തെങ്കിലും വേണോ? (ജേക്കബ് വേണ്ടെന്നു തലയാട്ടി) കാര്യങ്ങളൊക്കെ വിചാരിക്കണപോലെ നടന്നാൽ അടുത്താഴ്ച ബണ്ടി കേറാം, പേടിയ്ക്കൊന്നും ബേണ്ടാന്ന്. അതൊരു മൂന്നു ദെവസത്തെ കാര്യാ. പിന്നെ ഇങ്ങടെ പേരൊക്കെ ഒന്നു പരിഷ്ക്കരിയ്ക്കേണ്ടി വരും. കൊയപ്പൊന്നുമില്ലാന്ന്. ബലുങ്ങനെ മാറ്റം വരാത്ത ഒരു പേരുണ്ടാക്കും. ജേക്കബ്, ജേക്കബ് (അയാൾ അതു പലതവണ ആവർത്തിച്ചു ചിരിയ്ക്കുന്നു. ബൈക്കുകളുടെ ഇരമ്പിയെത്തുന്ന സൂചന)ഓ തൊണക്കാരു ബരണ്ട്. ബേം പോയ്ക്കോ..... (ബൈക്കുകളുടെ ഹോണടിയിലേയ്ക്കും ആരവങ്ങളിലേയ്ക്കും നഷ്ടപ്പെടുന്ന ജേക്കബ്. രംഗം ഇരുളുന്നു)

രംഗം ആറ്

(പാത്ത് ഫൈൻഡേർസിന്റെ താവളം, മൂന്നാം രംഗത്തിന്റെ ദൃശ്യ തലം. മൂന്നാം രംഗത്തിൽ കണ്ട വിദ്യാർത്ഥികൾ അവരുടെ വേഷവിധാനങ്ങളിലും നടപ്പിലും എടുപ്പിലുമെല്ലാം പ്രകടമായ മാറ്റങ്ങളുണ്ട്. ഒന്നു രണ്ടുപേർ നീണ്ട മൊബൈൽ ഫോൺ സംഭാഷണങ്ങളിലാണ്. ഒരു വിദ്യാർത്ഥി സാംസ്കാരിക സമ്മേളനം എന്ന ബോർഡെഴുതിക്കൊണ്ടിരിക്കുന്നു.)

വിദ്യാർത്ഥി : (ഫോണിൽ) ഹലോ... കാമ്പസ് റിപ്പോർട്ടറല്ലെ.... ഞങ്ങളുടെ അതായത് കോളേജിലെ പാത്ത് ഫൈൻഡേർസിന്റെ ഒരു ഡിബേറ്റ് നാളെ നടക്കുന്നുണ്ട്. വിഷയം 'യുദ്ധവും സമാധാനവും' അതൊന്ന് റിപ്പോർട്ട് ചെയ്യണം. ങേ.... ഞങ്ങളെഴുതി തന്നാൽ മതിയെന്നോ..... ഓ.... ഓക്കെ.... (ഫോൺ ഓഫ് ചെയ്ത്) ചെറ്റ... അവന് വരാൻ ഒക്കൂല്ലാന്ന്

വിദ്യാർത്ഥി : പെൺ വാണിഭം... ബോംബു ഭീഷണി.... അഭയാ കൊല ക്കേസ്.... ചൂടൻ വാർത്തകൾ വേണടോ റിപ്പോർട്ട് ചെയ്യാൻ.... നിന്റെ ഒരു ഡിബേറ്റ് (ജേക്കബ് അവിടേക്ക് കടന്നു വരുന്നു. ഇതുവരെ

കാണാത്ത ഒരു വേഷത്തിലാണ്.)

വിദ്യാർത്ഥി: ഓ. ജേക്കബ്... ഡിബേറ്റിനുശേഷം നിന്റെ ഒരു രണ്ടു തട്ടുപൊളിപ്പൻ കവിതേം കൂടി ആയിക്കോട്ടെ.

(ജേക്കബ് അതിനു മറുപടി പറയാതെ കീശയിൽ നിന്നും ഏതാനും റീ-ചാർജ്ജ് കൂപ്പണുകളെടുത്ത് എല്ലാവർക്കുമായി കൊടുക്കുന്നു.)

ജേക്കബ് : തൽക്കാലം ഇത്രേം കിട്ടിയിട്ടുള്ളു.

വിദ്യാർത്ഥി : എന്നുവെച്ച് വിളിക്കാതിരിക്കാൻ പറ്റോ.

ജേക്കബ് : ചർച്ചയും സമ്മേളനവുമൊക്കെ നിർത്താം.

വിദ്യാർത്ഥി : ജേക്കബ്

ജേക്കബ് : (വികാരവിക്ഷുബ്ധതയോടെ) കാര്യങ്ങൾ ആകെ മാറി മറിയുകയാണ്. സദ്ദാമിനുശേഷവും ഇറാക്കിൽ നല്ല പോരാട്ടം നടക്കുന്നുണ്ട്. കാബൂളിൽ കലാപം രൂക്ഷമാകാൻ പോകുന്നതേയുള്ളു. ജിഹാദികൾ അങ്ങനെ അടങ്ങിയിരിക്കുന്നവരല്ല.

വിദ്യാർത്ഥി : ജേക്കബ്, നീ ഉദ്ദേശിക്കുന്നത്?

ജേക്കബ് : രാജ്യാതിർത്തികളിൽ നമ്മുടെ ആയുധപ്പുരകൾ നിറഞ്ഞുതന്നെയാണിരിക്കുന്നത്. അതു ഒരുത്തനും മറക്കണ്ട.

വിദ്യാർത്ഥി : കാമ്പസിലെ അരാഷ്ട്രീയ യുവത്വത്തിന് ഇപ്പോൾ നമ്മളോട് ചെറിയ ആഭിമുഖ്യമൊക്കെ തോന്നിത്തുടങ്ങിയിട്ടുണ്ട്.

ജേക്കബ് : തോന്നും, തോന്നിയേ പറ്റൂ. കാരണം അശരണരായ ആളുകൾ ആയുധങ്ങളെ ആശ്രയിക്കാൻ തുടങ്ങും. അരികിലാക്കപ്പെട്ടവൻ ആയുധമേന്തി യുദ്ധസജ്ജരാവും.

വിദ്യാർത്ഥി : നീ... നീ എന്തിനുള്ള പുറപ്പാടാണ്. ജേക്കബ്

ജേക്കബ് : അല്ല, യാക്കൂബ് (എല്ലാവരും സ്തംഭിച്ചു നിൽക്കുന്നു)

അതെ. ഞാനിനി യാക്കൂബാണ്. പേരിലെ ചെറിയൊരു മാറ്റമല്ല. ഒരിക്കൽകൂടി ജ്ഞാനജലത്താൽ ഞാൻ സ്നാനം ചെയ്യപ്പെട്ടിരിക്കുന്നു. പരലോകനായകൻ രൂപപ്പെടുത്തിയ പദ്ധതി നിർവ്വഹിക്കാൻ നാം സന്നദ്ധരാവുകയാണ്. (പാത്ത് ഫൈൻഡർ എന്നെഴുതിയ ബോർഡ് പറിച്ചെടുത്ത് തറയിലിട്ട് ചവിട്ടിയരക്കുന്നു... ഉച്ചത്തിൽ.) വഴി കണ്ടെത്തി കഴിഞ്ഞിരിയ്ക്കുന്നു... വഴി കണ്ടെത്തി കഴിഞ്ഞിരിക്കുന്നു.

(എങ്ങുനിന്നോ അശരീരി കണക്കെ തക്ബീർ വിളികൾ മുഴങ്ങുന്നു. ജിഹാദ് എന്ന ഉച്ചത്തിലുള്ള ആഹ്വാനം. അരണ്ട വെളിച്ചത്തിൽ ആയുധധാരികളായി ചെറുപ്പക്കാരുടെ സംഘം ചേർന്നുള്ള ആർപ്പുവിളികളും അട്ടഹാസങ്ങളുമൊക്കെയും നിലയ്ക്കുമ്പോൾ ഇരുളിൽ അക

ന്നകന്നു പോകുന്ന ബൈക്കുകളുടെ ഇരമ്പം)

രംഗം ഏഴ്

(സ്റ്റെഫിയുടെ മുറി)

(കട്ടിലിൽ പുതപ്പുകൊണ്ട് മൂടിപ്പുതച്ച് കുത്തിയിരിക്കുകയാണ്. സ്റ്റെഫി. അവളുടെ ദേഹം ചെറുതായി വിറയ്ക്കുന്നുണ്ട്. വിനീത പുറത്തു നിന്നും കടന്നുവരുന്നു.)

വിനീത : നിന്റെ പനി കുറവില്ലേ(സ്റ്റെഫി മൗനം, വിനീത അടുത്തെത്തി അവളെ തൊട്ടു നോക്കുന്നു.) മോളെ നല്ല പനിയുണ്ടല്ലോ. എഴുന്നേൽക്കൂ നമുക്ക് ആശുപത്രീല് പോകാം.

സ്റ്റെഫി : (ഭയത്തോടെ) പുറത്ത് പുതിയ വാർത്തകളെന്തൊക്കെയാ...?

വിനീത : ടൗണിൽ രണ്ടിടത്ത് ഇന്നും ബോംബു പൊട്ടീന്നാ പറേണ കേട്ടെ.

സ്റ്റെഫി : (വിഭ്രാന്തി കലർന്ന സ്വരത്തിൽ) തീവ്രവാദികള്..... അവരെങ്ങനാ കാണാൻ. അവർക്ക് കൂർത്ത ദ്രംഷ്ടങ്ങളുണ്ടോ?

വിനീത : എന്തായിത് സ്റ്റെഫി. അവരും മനുഷ്യരുതന്നെയല്ലേ.

സ്റ്റെഫി : ശരിക്കും മനുഷ്യർക്ക് മൃഗങ്ങളെപ്പോലെ കൊമ്പുമുളയ്ക്കുവോ? കാട്ടുപന്നീടെ കൂട്ട് തേറ്റകളുണ്ടാവോ?

വിനീത : സ്റ്റെഫി... (അവൾക്കരികെയെത്തി കൈത്തലം താങ്ങി) നീ എന്തൊക്കെയാ ഈ പറയുന്നേ? ഒരു വെളിവുമില്ലാതെ....?

സ്റ്റെഫി : തീവ്രവാദികളെ പിടിച്ചാൽ പോലീസുകാര് വെടിവെച്ചുകൊല്ലുമോ? ഇന്നാളേതോ സിനിമേല് കണ്ടപോലെ വെടിയുണ്ടകളേറ്റ് അരിപ്പ പോലെയാവുക...

വിനീത : (ദേഷ്യവും സങ്കടവും ഇടകലർന്ന സ്വരത്തിൽ) മതി എഴുന്നേൽക്ക്. നമുക്ക് ആശുപത്രിയിൽ പോകണം വേഗം.

(ഈ സമയം സ്റ്റെഫിയുടെ മൊബൈൽ ഫോണിൽ റിങ്ടോൺ. അവൾ അതെടുക്കാൻ ഒട്ടും ഉത്സാഹം കാണിക്കുന്നില്ല.)

നീയെന്താ ഫോണെടുക്കാത്തേ?

സ്റ്റെഫി : വേണ്ട..... അതെടുക്കണ്ട... ചിലപ്പോൾ തീവ്രവാദികളായിരിക്കും.

വിനീത : മണ്ണാങ്കട്ട (ഫോൺ കയ്യിലെടുക്കുന്നു) ദേ പെണ്ണേ.... ഇത്

നിന്റെ ജേക്കബാണ്. നീ സംസാരിക്കുന്നില്ലേ.

സ്റ്റെഫി : അത് ജേക്കബല്ല.

വിനീത : ദാ നോക്ക് (മൊബൈൽ സ്റ്റെഫിക്കഭിമുഖമായി പിടിക്കുന്നു.)

സ്റ്റെഫി : മാമ്മോദീസാ മുക്കുമ്പോൾ അച്ചനിട്ട് കൊടുത്ത പേര് ജേക്കബ് എന്നായിരുന്നു അവനിപ്പോൾ യാക്കൂബാണ്. യാക്കൂബ്(റിങ്ടോൺ നിലച്ചു. വിനീത നിസ്സഹായയായി സ്റ്റെഫിയെ നോക്കിനിൽക്കുന്നു.)

വിനീത : വിവരക്കേടുകൊണ്ടു അവനോരോന്ന് ചെയ്തുകൂട്ടുന്നതാ.... ഈ പ്രായത്തിന്റെ ഓരോ ഭ്രാന്തല്ലാതെ എന്തുപറയാൻ. ബോധം വരുമ്പോൾ അവൻ നിന്റെയരികിലെത്തും. അല്ലെങ്കിൽ വേണ്ട ഞാൻ വിളിക്കാം. അവനെ ഇപ്പോൾതന്നെ(പെട്ടെന്ന് ഫോണിൽ റിങ് ടോൺ മുഴങ്ങുന്നു. വിനീത ആഹ്ലാദത്തോടെ) ദാ ജേക്കബ് തന്നെ വീണ്ടും. നീ സംസാരിക്ക്. എന്തെങ്കിലും പറയ്യ് പെണ്ണേ. അവന്റെ ശബ്ദം കേട്ടാൽ തന്നെ നിന്റെ ഈ വെറേം പനീം വേഗം മാറും. ഉം സംസാരിക്ക്....

(സ്റ്റെഫി അതുവാങ്ങാൻ കൂട്ടാക്കുന്നില്ല. അവൾ ഭയപ്പാടോടെ മുഖം തിരിയ്ക്കുന്നു.)

വിനീത : ശരി, എങ്കിൽ ഞാൻതന്നെ അവനോട് രണ്ട് വർത്തമാനം പറഞ്ഞുകളയാം (ഫോണിൽ വിരമലർത്തി) ഹലോ ...ഹലോ... ജേക്കബ്... ഞാൻ വിനീതയാണ്... സ്റ്റെഫി.

ഓ... ഇവിടെ കുത്തിയിരിക്കുന്നു. മോന്തേം വീർപ്പിച്ച്.....

ഫോൺ ശബ്ദം : ഹലോ... നിങ്ങൾ ജേക്കബിന്റെ ഫ്രണ്ട്സാണോ?

വിനീത : (അമ്പരപ്പോടെ) ജേക്കബല്ലേ... നിങ്ങളാരാണ്?

ശബ്ദം : ഹോ. നിങ്ങൾ ഹോസ്റ്റലിലുള്ള വിദ്യാർത്ഥികളാണല്ലേ. ഞങ്ങൾ അവിടെയെത്തുന്നു. നിങ്ങളുമായി ചിലത് സംസാരിക്കാനുണ്ട്. കൂടെ ജേക്കബ്ബും ഉണ്ടാവും.... Please wait.

(ഫോൺ ഓഫാവുന്നു. വിനീത അങ്കലാപ്പോടെ സ്റ്റെഫിയെ നോക്കുന്നു. അവൾ കഠിനമായ വിറയലോടെ കിടക്കയിൽ കിടന്നുരുളുന്നു. വിനീത അവൾക്കരികിലേക്ക്. രംഗം ഇരുളുന്നു.)

രംഗം എട്ട്

(കുഴിവെട്ടി തോമയുടെ വീട്. ആദ്യരംഗത്തിൽ കണ്ടവയിൽനിന്നും കാര്യമായ മാറ്റങ്ങളില്ല. സ്റ്റേജിൽ നാം കാണുന്നത് ഒരു ക്യാമറമാനേയും ഒപ്പം മൈക്ക് കയ്യിൽ പിടിച്ചിട്ടുള്ള മറ്റൊരാളെയുമാണ്. ക്യാമറാ

മാൻ അവിടമാകെ തന്റെ ക്യാമറയിൽ പകർത്തുന്നു.)

അവതാരകൻ : അറസ്റ്റ് ചെയ്യപ്പെട്ട തീവ്രവാദി യാക്കൂബ് എന്ന ജേക്കബിന്റെ വീട്ടിലാണ് ഞാനിപ്പോൾ നിൽക്കുന്നത്. ഒരു ക്രൈസ്തവ ഭവനത്തിന്റെ ബാഹ്യലക്ഷണങ്ങൾ പ്രകടിപ്പിക്കുന്ന വീടാണിത്. നാം കാണുന്ന ഓരോ ദൃശ്യങ്ങളും അത് നമ്മെ ഓർമ്മിപ്പിയ്ക്കുന്നുണ്ട്. അല്പസമയത്തിനകം തന്നെ അന്വേഷക സംഘം യാക്കൂബിനും കൂടെ അറസ്റ്റ് ചെയ്യപ്പെട്ട രണ്ട് പെൺകുട്ടികൾക്കുമൊപ്പം തെളിവെടുപ്പിനായി ഈ വീട്ടിലെത്തുമെന്നാണ് നമുക്കു കിട്ടിയിട്ടുള്ള വിവരം.

(ഈ സമയം ഒരു കൈയ്യിൽ പുകപൊങ്ങിക്കൊണ്ടിരിക്കുന്ന ധൂമപാത്രവും ഒരു കൈയ്യിൽ കുരുശുമായി മറിയ കടന്നുവരുന്നു.)

നമ്മളിപ്പോൾ കാണുന്നത് യാക്കൂബ് എന്ന ജേക്കബിന്റെ അമ്മയെയാണ്. നമുക്കവരോടു നേരിട്ടുതന്നെ ചോദിക്കാം... (മൈക്കുമായി മറിയത്തിനരികെയെത്തി)

അമ്മച്ചീ.... അമ്മച്ചീ... മകൻ ഒരു തീവ്രവാദിയാണെന്നറിഞ്ഞപ്പോൾ അമ്മച്ചിക്കാദ്യമായി എന്താണു തോന്നിയത്.?

(മറിയ ചോദ്യം കേൾക്കുന്നില്ല. ക്യാമറമാനും അവതാരകനും ആദ്യം ഒന്നു പരുങ്ങിയെങ്കിലും ചോദ്യം ആവർത്തിച്ചുകൊണ്ട് അവർക്കു പിറകെ നടക്കുകയാണ്. ഏതോ ഉൾവിളിയാലെന്നവണ്ണം മറിയ പറഞ്ഞു തുടങ്ങുന്നു.)

മറിയ : പാപത്തിന്റെ വഴികളിൽ ഞാൻ സഞ്ചരിച്ചു.

കർത്താവെന്നെ കഠിനമായി ശിക്ഷിച്ചു.

ആകാശം മുട്ടെ ഗോപുരം പണികഴിപ്പിച്ചു. കർത്താവവിടെ തീ മഴ പെയ്യിച്ചു. (മറിയയുടെ വാക്കുകളും ഭാവങ്ങളും മനസ്സിലാക്കുന്ന അവതാരക പ്രേക്ഷകരോട് എന്തോ പറയാൻ വെമ്പുന്നതിനിടയിൽ തോമാ അവിടേക്കു പാഞ്ഞടുക്കുന്നു.)

തോമ : എറങ്ങിപ്പോടാ കഴുവേറി മക്കളെ... നിനക്കൊന്നും ചങ്കും കരളുമില്ലേടാ... പെറ്റ വയറിന്റെ നോവറിയോടാ..

(അയാൾ ഇരുവരേയും പിടിച്ചുതള്ളുന്നു. പുറത്ത് ആരവം മുറുകുന്നു. മറിയ ഉൻമാദാവസ്ഥയിലെന്നവണ്ണം അങ്ങുമിങ്ങും ധൂമം വിതറി നടക്കുകയാണ്. അരവങ്ങൾ ഉച്ചസ്ഥായിയിൽ തുടരവെ പുറത്തുനിന്നും ഏതാനും ഉദ്യോഗസ്ഥന്മാരോടൊപ്പം മുഖം മറച്ച മൂന്നുപേർ അകത്തേക്കു പ്രവേശിക്കുന്നു.)

തോമ : എന്താ... എന്താ... നിങ്ങൾക്കറിയേണ്ടത്? അവൻ എന്റെ മോൻ തന്നാർന്നു. പള്ളീന്നാ അവന്റെ ജ്ഞാനസ്നാനം നടത്തിയെ. നമസ്കാരങ്ങളൊക്കെ അവനെ പഠിപ്പിച്ചിട്ടൊണ്ടാർന്നു. അതേ നമ്മക്ക് ചെയ്യാൻ

പറ്റീർന്നൊള്ളു, ഞാൻ സിമിത്തേരീല് കുഴിവെട്ടീം ഇവള് പള്ളീല് ഓസ്തി ചുട്ടുമാ അവനെ കോളേജില് പഠിയ്ക്കാൻ പറഞ്ഞയച്ചത്. പിന്നെ, ഞങ്ങക്കൊന്നും അറിയൂല്ലാ. എന്റെ സാറൻമാരെ.... (തോമ നിയന്ത്രിക്കാൻ കഴിയാതെ പൊട്ടിക്കരഞ്ഞ് ഒരിടത്തിരിയ്ക്കുന്നു.)

അന്വേഷകൻ : നിങ്ങൾ ഇവരെ നേരിൽകണ്ട് ബോധ്യപ്പെട്ടതായി ഞങ്ങൾക്ക് മൊഴിയെടുക്കണം.

തോമ : (നിലത്തുകിടന്നുരുണ്ടുകൊണ്ട്) എന്റെ ഒടയമ്പുരാനേ. എനിയ്ക്കു കാണണ്ടായേ (അയാൾ നിലത്തിരുന്ന് കാൽമുട്ടുകൾക്കിടയിൽ മുഖം ഒളിപ്പിയ്ക്കുന്നു. അന്വേഷകസംഘത്തിലെ ഒരാൾ മൂന്നു പേരുടേയും മുഖം മറച്ച ഷാളുകൾ അഴിച്ചുമാറ്റുന്നു. ജേക്കബും സ്റ്റെഫിയും വിനീതയുമാണവർ)

മറിയ : (ഉച്ചത്തിൽ) വിലക്കപ്പെട്ട കനി സാത്താന്റെ പ്രേരണയാൽ ഭക്ഷിച്ചതിന് യഹോവ അവരെ പുറത്താക്കി.

(ജേക്കബ് മുഖംപൊത്തി മുന്നോട്ട് നടക്കുമ്പോൾ സ്റ്റെഫിയും വിനീതയും തികഞ്ഞ നിസ്സംഗതയോടെ അവനെ അനുഗമിക്കുന്നു, അന്വേഷക സംഘം പിറകെയും. തോമ വേഗം ചാടി എഴുന്നേൽക്കുന്നു)

തോമ : ഒന്നു നിൽക്കണെ സാറന്മാരെ, ഇവൻ രാജ്യദ്രോഹം ചെയ്തിട്ടുണ്ടെങ്കിൽ വെടിവെച്ചോ തൂക്കിയോ കൊന്നേക്കണം. ശവം പോലും ഞങ്ങൾക്ക് വേണ്ട (അയാൾ ധൃതിപ്പെട്ട് ട്രങ്ക് പെട്ടിക്കകത്ത് നിന്നും ഒന്ന്രണ്ട് വെള്ള വസ്ത്രങ്ങൾ പുറത്തെടുക്കുന്നു.)

ചാവുമ്പോൾ ശവത്തിലിടാൻ പട്ട് വേണ്ട. ഇത് അവന്റെ മാമ്മോദീസാക്കുപ്പായമാണ്. ഇത് ആദ്യ കുർബാനേടേം. ഇവൾ സൂക്ഷിച്ചുവെച്ചിരുന്നതാ. ഇത് അവന്റെ കുഴീലിടണം. ഒരപേക്ഷയാണ്.

(സംഘം അപ്രത്യക്ഷമാകുന്നു. തോമ അക്ഷോഭ്യനായി അത് നോക്കി നിൽക്കുന്നു. ധൂമപാത്രത്തിൽ നിന്നും പുക അവിടെയെല്ലാം വ്യാപിക്കുന്നു. മറിയത്തോടൊപ്പം തോമയും പുകപടലങ്ങൾക്കിടയിൽ മറയുന്നു. രംഗം ഇരുളുന്നു.)

■ ■

2006 ലെ ജി ശങ്കരപ്പിള്ള സ്മാരക നാടക രചനാ അവാർഡ് നേടിയ നാടകം 2005, 2006 വർഷങ്ങളിലെ സംസ്ഥാന സ്കൂൾ – സർവ്വകലാശാലാ കലോത്സവങ്ങളിൽ മത്സരിച്ച് പുരസ്കാരങ്ങൾ നേടുകയുണ്ടായി. കോട്ടയത്തെ ഒരു നേഴ്സിംഗ് കോളേജിൽ ഒരു വിദ്യാർത്ഥിനിയെ സഹപാഠികൾ ചേർന്ന് ലബോറട്ടറിയിൽ വെച്ച് ക്രൂരമായി പീഢിപ്പിക്കപ്പെട്ടതിനേത്തുടന്ന് പ്രക്ഷുബ്ധമായിരുന്നു, അക്കാലങ്ങളിൽ കേരളത്തിലെ ക്യാമ്പസുകൾ. സമാന്തരമായി സമൂഹത്തിലെ പാർശ്വവത്കൃത വിഭാഗമായ മുക്കുവരുടെ ജീവിതം താളം തെറ്റിച്ചിരുന്ന 'കടൽ മാക്രികൾ' എന്ന അപകടകാരികളായ ഒരു തരം തവളകളുടെ വാർത്തകളും പത്രങ്ങളിൽ വന്നുകൊണ്ടിരുന്നു. പുതിയ തലമുറയിലെ ചെറുപ്പക്കാരും സവിശേഷ സ്വഭാവമുള്ള കടൽമാക്രികളും ഒരു താരതമ്യത്തിന് വിധേയമാക്കിയാണ് 'കടൽമാക്രികൾ' എന്ന നാടകമുണ്ടായത്.

കടൽ മാക്രികൾ

അരങ്ങിൽ വെളിച്ചം വരുമ്പോൾ ഒരു മുക്കുവക്കുടിലിന്റെ കോലായയും പുറത്ത് ഉണങ്ങാനിട്ടിരിയ്ക്കുന്ന പല വർണ്ണങ്ങളിലുള്ള മീൻ വലകളും ദൃശ്യമാകുന്നു. ഞാത്തിയിട്ടിരിയ്ക്കുന്ന വലകൾക്കുള്ളിലൂടെ ഒരു മനുഷ്യരൂപം ചലിയ്ക്കുന്നതിന്റെ അവ്യക്ത സൂചനകൾ നമുക്കു ലഭ്യമാവുന്നുണ്ട്. കടൽത്തീരത്തുകൂടി ഒരു യുവാവും യുവതിയും കടന്നുവരുന്നു. ഇരുവരും മാധ്യമപ്രവർത്തകരെന്നു വ്യക്തമാവും വിധം ക്യാമറയും മൈക്രോ ഫോണുമൊക്കെയാണ് കൈകളിലുള്ളത്.

യുവാവ് : ലിറ്റി..... നമുക്കിവിടെ ക്യാമറ വെയ്ക്കാം.. യു ഗെറ്റ് റെഡി.

യുവതി : ചാർലീ.... ഒരു മിനിറ്റ്... ഒരു ചെറിയ ടച്ചപ്പ്... (അവൾ കണ്ണാടി നോക്കി മുഖമൊന്നു മിനുക്കി, തലമുടി ഒന്നു കോതിവെച്ച്) ഓക്കെ....

യുവാവ് : Running.... നടന്നോ.....

യുവതി : (ക്യാമറയ്ക്കഭിമുഖമായി നിന്ന് പറഞ്ഞു തുടങ്ങുന്നു) ഇത് ചാകര കൊയ്ത പഴയ കടപ്പുറത്തിന്റെ വർത്തമാനമാണ്. തകഴിയുടെ ചെമ്മീനും കറുത്തമ്മയും പരീക്കുട്ടിയുമൊക്കെ മലയാള മനസ്സുകളെ പ്രേമസാഗരത്തിലാറാടിച്ച കുട്ടനാടൻ കടാപ്പുറങ്ങളിൽ ഇന്ന് വിഷാദ സാഗരം അലയടിയ്ക്കുന്നു. ആഴക്കടലിലുണ്ടായ അതിശക്തമായ ഭൂകമ്പത്തേത്തുടന്ന് ഉയർന്നു പൊങ്ങിയ സുനാമിത്തിരമാലകൾ അത്യന്തം വിനാശകരമായ ഒരു ചെറു ജീവിസമൂഹത്തെ തീരങ്ങളിലേയ്ക്കടുപ്പി

ച്ചിരിയ്ക്കുന്നു- കടൽ മാക്രികൾ. അനുദിനം പെറ്റുപെരുകുന്ന ഈ സവിശേഷ ജീവി തീരക്കടലിൽ മത്സ്യബന്ധനം നടത്തുന്ന സാധാരണക്കാരായ മുക്കുവരുടെ വലകൾ കീറിമുറിച്ച് കൊടിയ വിപത്തുകളുണ്ടാക്കിക്കൊണ്ടിരിയ്ക്കുന്ന അതിന്റെ നേർക്കാഴ്ചകളിലേയ്ക്ക്...

യുവതി : Cut.... ലിറ്റി.. ഇനി ഒരു ചെറിയ shift

(ക്യാമറ മറ്റൊരിടത്തുറപ്പിയ്ക്കുന്നു. യുവതി വീണ്ടും പറഞ്ഞുതുടങ്ങുമ്പോൾ വലകൾക്കിടയിൽ നിന്നും വൃദ്ധനായ ഒരു മനുഷ്യൻ- കണാരേട്ടൻ- പുറത്തേയ്ക്കുവരുന്നു.)

യുവതി : അക്രമാത്മകമായ ജീവിതവ്യതിയാനം സംഭവിച്ച കടൽ മാക്രികൾ ഇന്ന് മുക്കുവരുടെ ഉറക്കം കെടുത്തുന്നു. കടലോരത്ത് തിങ്ങിപ്പാർക്കുന്ന മുക്കുവരുടെ ജീവിതം കീറിപ്പറിഞ്ഞ വലകൾ പോലെ അലങ്കോലപ്പെട്ടിരിയ്ക്കുന്നു.

(കണാരേട്ടൻ ഇവരെ ശ്രദ്ധിക്കാതെ എന്തോ തിരയുകയാണ് അയാളുടെ മുഖത്ത് ആധികലർന്ന ഒരുതരം ആശങ്ക പ്രകടമാണ്. യുവതി അയാൾക്കരികെയെത്തുന്നു.)

കണാരേട്ടൻ.... ആഴക്കടലിൽ നിന്നും ഇവറ്റകൾ തീരക്കടലിലേയ്ക്ക് വന്നപ്പോൾ സ്വാഭാവികമായും കണാരേട്ടന്റെ ജോലി വർദ്ധിയ്ക്കുകയല്ലേ ചെയ്തത്? വല തുന്നി ജീവിയ്ക്കുന്ന നിങ്ങളെപ്പോലെയുള്ളവരുടെ ഭാഗ്യം തന്നെയല്ലെ അത്.?

കണാരേട്ടൻ : ഭാഗ്യോ, എങ്ങനെയാ അത്? ങ്ഹും... ഭാഗ്യാത്രെ ഞാനും ഒരരയനാ.. അന്യന്റെ വയറുകത്തുമ്പം ഭാഗ്യാവ്വാ... (ഒരു വലയെടുത്തു കാണിച്ചുകൊണ്ട്) അരിഞ്ഞുമുറിഞ്ഞു വീഴുന്ന വലകളുടെ ആനത്തൊളവീണ ഈ കണ്ണികൾ കൂട്ടിക്കെട്ടാൻ.. ആർക്കെങ്കിലും പറ്റോ... നിങ്ങക്കു പറ്റോ പറ്റൂല്ലാ... ആർക്കും പറ്റൂല്ലാ.

യുവതി : ഇതെന്തുകൊണ്ടു സംഭവിയ്ക്കുന്നു വെന്നാണ് കാണാരേട്ടന്റെ അഭിപ്രായം.

കണാ : കാലദോഷം. അല്ലാണ്ടെന്തു പറയാനാ... ദോഷകാലത്ത് സകല ഭൂതോം പെരുച്ചാഴീം പൊറത്ത് ചാടും

യുവതി : അതൊരു വിശ്വാസം മാത്രമല്ലേ കണാരേട്ടാ...

കണാ : എനിക്കറില്ല... ഇനീപ്പോ....എല്ലാവരും പറയണത് നേരായിരിയ്ക്കും..... പക്ഷേങ്കില്. ഉള്ളം കടലില് പണ്ടുകാലത്ത് ചില വിചിത്ര ജീവികളൊക്കെയുണ്ടായിരുന്നു. ആടെപ്പോണോന്റെ വലകളൊക്കെ അവറ്റള് കടിച്ചുകീറീർന്നു. എന്നാലും പാവങ്ങളുടെ കഞ്ഞീല് പാറ്റ വീണിരുന്നില്ല.

യുവതി : അതെ.. അതേക്കുറിച്ചാണ് പ്രേക്ഷകർക്കറിയേണ്ടത്....

പറയൂ...

കണ്ണാ : കടലുമാക്രികള് വെറും മാക്രികളാവാൻ തരമില്ല. കടുപ്പമുള്ള പല്ലുകളാ അവറ്റകൾടെ.. പൊട്ടണ വലയെല്ലാം കെട്ടികെട്ടി എനിയ്ക്കു മടുത്തു. അവറ്റകളെ പിടിയ്ക്കാൻ ഒരു കെണിയുണ്ടാക്കിയാലോന്നാ ഇപ്പം എന്റെ ആലോചന... അതെ... കെണിവെച്ചു പിടിയ്ക്കണം.

(അയാൾ വിഭ്രാന്തി ബാധിച്ചവനേപ്പോലെ അങ്ങുമിങ്ങും നടക്കുന്നു. അയാൾക്കുപിന്നാലെ യുവതിയും. ഈ സമയം പിന്നരങ്ങിൽ കൈകളിൽ അലക്കിയ തുണികളുമായി രുക്മിണി കടന്നുവരുന്നു. എതോ സ്വപ്നലോകത്തെന്നപോലെയാണ് അവളുടെ നടത്തവും സംഭാഷണവും)

രുക്മിണി : ഇല്ല... ഒരു കെണിയിലും അയിറ്റള് വീഴൂല്ല (യുവതി അവൾക്കുനേരെ മൈക്കു നീട്ടുന്നു)

യുവതി : പുറഞ്ഞോളൂ... ചാർലി... ഓകെയല്ല...

യുവാവ് : ഓക്കെ... ക്യാരി ഓൺ.....

രുക്മിണി : വളരെ മൃദുവായ പുറന്തോടുകളുള്ള ആ ജന്തു വലയിൽ കുടുങ്ങിക്കഴിയുമ്പോൾ കാരമുള്ളുപോലെ കൂർത്ത മുള്ളുകൾ പുറന്തോടുപൊട്ടി പുറത്തുവരും. തേറ്റപോലത്തെ രണ്ടു പല്ലുകളും കൂർത്ത മുള്ളുകളും കൊണ്ട് അത് വലക്കണ്ണികൾ കീറിപ്പറിയ്ക്കും നൊടി നേരം കൊണ്ട് രക്ഷപ്പെട്ട് അത് കടലിലേയ്ക്ക് ഊളിയിട്ടുകളയും.

(അവളുടെ വാക്കുകളിലും ചലനങ്ങളിലും അസ്വാഭാവികത പ്രകടമെങ്കിലും യുവതി അവളെ പിന്തുടരുന്നു.)

യുവതി : പറഞ്ഞോളൂ... Detail ആയിട്ട് പറഞ്ഞോളൂ..

രുക്മി : (വന്യമായ ഭാവത്തോടെ അവളെ നോക്കുന്നു) Detail ആയിട്ടറിയണം അല്ലേ... അറിഞ്ഞിട്ടോ?

(അവൾ മൈക്കു പിടിച്ചു വാങ്ങുന്നു.) അറിഞ്ഞിട്ടോ... പത്രസമ്മേളനം... നേർക്കാഴ്ചകൾ..... തെളിവെടുപ്പ് അപലപിയ്ക്കൽ... ചർച്ച... പ്രതിഷേധം.

(യുവാവ് ക്യാമറ ഓഫാക്കി അവർക്കരികെയെത്തുന്നു. യുവതി സ്തംഭിച്ചുനിൽക്കുന്നു.)

യുവാവ് : ഏയ്. എന്തായിത്.... What is wrong...

(രുക്മിണി അയാളെ പിടിച്ചു തള്ളുന്നു.)

രുക്മിണി : പോ... പോകാനാ പറഞ്ഞത്... Detail ആയിട്ടറിയണം പോലും ങ്ഹും...പോ....

(അപകടം മനസ്സിലാക്കി ഇരുവരും പിൻവാങ്ങുന്നു. കണാരേട്ടൻ വലയ്ക്കുള്ളിൽ നിന്നും പുറത്തുവരുന്നു.)

കണാ : മോളെ... എന്തായിതൊക്കെ...

രുക്മി : ശൂ.... ശബ്ദിക്കരുത്... ശബ്ദിയ്ക്കാൻ നമുക്കവകാശമില്ല...

(അകത്തുനിന്നും രുക്മിണിയുടെ അമ്മ- കാർത്തു ഓടിവരുന്നു)

കാർത്തു : മോളെ....

രുക്മി : അമ്മേ... കടൽമാക്രികൾ...

കാർത്തു : എന്താ മോളെ നീയീപ്പറയണെ...

രുക്മി : അമ്മേ... കടൽ മാക്രികൾ... തേറ്റപോലത്തെ രണ്ടുപല്ലുകളും കൂർത്ത മുള്ളുകളുമുള്ള കടൽമാക്രികൾ അവറ്റകൾ മാന്തിപ്പൊളിയ്ക്കും. കടിച്ചുകീറും.

(കരഞ്ഞു കൊണ്ട് അമ്മയുടെ ദേഹത്തേയ്ക്ക് ചായുന്നു.)

കണാ : കാർത്തു.... ഒന്നുമില്ലാന്ന്... ഞ്ഞി ഇങ്ങനെ ബേജാറാക്കാണ്ടിരിയ്ക്ക്... കെടുകാലം വന്നാല് ഇങ്ങനെത്തന്ന്യാ... (അങ്ങുമിങ്ങും പരവശനായി നടക്കുന്നു) കടലുമാക്രികള് ഇങ്ങനെ പെരുകിയാല് നാളെ എന്താവൂന്ന് ഓളും ചിന്തിക്കൂലേ.... പഠിപ്പും വെവരോള്ള കുട്ടിയല്ലേ അവള്. അയിനെടേല്ല് ഓര്ടെ ഓരോരോ ചോദ്യങ്ങള്.. ഒരു സ്വൊയ്ര്യേം തരൂല്ല....

കാർത്തു : മോളെ... കണ്ണുതൊറക്ക്.... എഴുന്നേൽക്ക്..

(രുക്മിണി മെല്ലെ കണ്ണുതുറന്ന് എഴുന്നേറ്റിരിയ്ക്കുന്നു. അവളുടെ ദൃഷ്ടികൾ ദൂരെയെങ്ങോ ആണ്)

കണാ : ജന്തുക്കള് കടിച്ച് കീറി നശിപ്പിക്കയല്ലേ പിന്നേം പിന്നേം ... എത്ര ആളോളാ വലേം കൊണ്ടുവരുന്നെ... ഇതീ കടപ്പൊറം മുടീയ്ക്കും... എനിക്കൊറപ്പാ... ഒരു കെണീണ്ടാക്കണം.... കെണിവെച്ചുപിടിയ്ക്കണം... പിടിയ്ക്കും ഞാനൊരൂസം നിങ്ങളുകണ്ടോ?

കാർത്തു : ഇങ്ങക്ക് വെറെ ചിന്തയൊന്നൂല്ല... കെണി... കെണീ.... മിണ്ടാണ്ടിരിയ്ക്കണ്ണ്ടോ ആടെ....

കണാ : ഇന്റെടുത്ത് പൈസേണ്ടോ.. ഒരു നൂറുറുപ്പിക...

കർത്തു : എന്റെടുത്തില്ല... കള്ളുകുടിയ്ക്കാനല്ലേ....

കണാ : അയിനൊന്നല്ല കാർത്തു....കെണീണ്ടാക്കണം.... നല്ല ഒറപ്പൊള്ള കെണി... അയിന് കൊക്കേം കൊളുത്തും വാങ്ങാനാ.

കാർത്തു : എന്റെടുത്തില്ല.

കണാ : കൊറച്ച് പഷ്ണിയായാലും വേണ്ടില്ല. ഞ്ഞിങ്ങ് കൊണ്ടാ..

കാർത്തു : എന്റടുത്തില്ലാന്ന് പറഞ്ഞില്ലേ.

കണാ : ഇനീപ്പോ ആരോടാ ചോയിയ്ക്കാ... അയിനെ അങ്ങനെ വിട്ടാ പറ്റൂല്ലാലോ.

(തിടുക്കത്തിൽ പുറത്തേയ്ക്കു പോകുന്നു.)

കാർത്തു : (രുക്മിണിയ്ക്കരികെയെത്തി) മോളെ... നോക്ക് മോളെ... നോക്ക്. മൊക്കൊന്നും പറ്റീട്ടില്ല. ഒന്നും പറ്റിട്ടില്ല. മോളിനീം കോളേജില് പോണം. പഠിച്ച് നേഴ്സാവണം. നമ്മടെ കഷ്ടപ്പാടെല്ലാം തീരണ്ടേ മോളെ... മോക്കൊന്നും പറ്റീട്ടില്ല.... അങ്ങനെ വിശ്വസിയ്ക്ക്...

(രുക്മിണി മെല്ലെയെഴുന്നേൽക്കുന്നു... ഇടറിയ ശബ്ദത്തിൽ)

രുക്മിണി : ഇല്ല രുക്മിണിയ്ക്കൊന്നും പറ്റീട്ടില്ല.

(ഇരുവരും തെല്ലുനേരം ആലിംഗനബദ്ധരായി നിൽക്കുന്നു. കാർത്തു രുക്മിണിയുടെ മുഖം പിടുച്ചുയർത്തി കണ്ണുനീര് തുടച്ച് വേഗം അകത്തേയ്ക്കു പോകുന്നു. രുക്മിണി വിരിയ്ക്കാൻ വച്ചിരുന്ന സാരി കൈയ്യിലെടുക്കുന്നു. ഇഴപിന്നിക്കീറിയ സാരിയിലേയ്ക്ക് അവൾ സങ്കടത്തോടെ നോക്കുന്നു.)

ചിരുകണ്ടാ... രുക്മിണിയ്ക്കിനി നിറങ്ങളില്ല നിറങ്ങൾ നഷ്ടമായ നിന്റെ രുക്കു... കടപ്പുറത്തെ പഞ്ചാരമണലിൽ നമ്മളുതീർത്ത കളിവീടുപോലെ... ഓക്കെയും കടലെടുത്തുപോയി.

അരങ്ങിൽ പ്രകാശം മങ്ങിമങ്ങി വരുന്നു. 'ഓ.. മച്ചുവ വന്നേ' എന്നൊരു വിളിയിൽ വെളിച്ചം അണയുന്നു.)

(വീണ്ടും വെളിച്ചം വരുമ്പോൾ രുക്മിണി ഒരിടത്ത് എന്തോ ജോലിയിലേർപ്പെട്ടിരിയ്ക്കുകയാണ്. ചീരു കണ്ടൻ പങ്കായവും തോളത്തേന്തി തൊപ്പിയുംവച്ച് കടന്നുവരുന്നു.)

ചീരു : ഇന്നും മത്തിതന്നെ... കോരിക്കോരി എന്റെ നടുവൊടിണെന്റമ്മോ....

(രുക്മിണി കേട്ടതായി നടിയ്ക്കുന്നില്ല. അവൾക്കരികെയെത്തി) ആണൊരുത്തൻ വന്നിട്ടെന്താടീ ഒരു മിശിയില്ലാത്തെ. ഓ കോളേജീപോണന്റെ ഗമയാ... നേഴ്സമ്മാരെല്ലാം ഇപ്പം ലണ്ടനിലോട്ടാ വണ്ടികയറുന്നത്. പെണ്ണ് പറക്കാൻ പോവ്വാല്ലേ... വിമാനത്തില്....

രുക്മിണി : ഞാനെങ്ങോട്ടൂല്ല.

ചീരു : ദേ പെണ്ണേ.... അച്ചനു കൊറേ കാശുമൊടക്കുള്ളതാ..

രുക്മി : ഓ... പിന്നേ...

ചീരു : ദേ നോക്ക്.. കോളേജിപ്പോയി പഠിച്ച്, വല്യ നേഴ്സായി, ലണ്ട നിപ്പോയി കൊറെ കാശൊക്കെയൊണ്ടാക്കി വന്നിട്ടുംവേണം.

രുക്മി : (താൽപര്യത്തോടെ) വന്നിട്ടുവേണം.

ചീരു : വന്നിട്ടുവേണം...

രുക്മി : ശ്ശോ പറ....

ചീരു : എനിയ്ക്കും നിന്റേച്ഛനും ഓരോ ലണ്ടൻ സിഗററ്റു വലിയ്ക്കാൻ.

(അവൻ കൂകിയാർത്തു ചിരിയ്ക്കുമ്പോൾ അവൾ അവനോടും പിണങ്ങി മുഖം വീർപ്പിച്ചൊരിടത്തിരിയ്ക്കുന്നു)

ചീരു : (അരികെയെത്തി) ഏയ്.

രുക്മി : മിണ്ടണ്ട എന്നോട്.

ചീരു : എന്നു പറഞ്ഞാലെങ്ങനെയാ.... നീ നാളെ പോവ്വല്ലേ... എന്തെ ങ്കിലും ഒന്നു പറയാണ്ട് നമ്മളെങ്ങനെയാടോ പിരിയുകാ... ദാ നോക്ക് (കൈയ്യിലുള്ള ഒരു പൊതി തുറന്ന് അതിലുള്ള ഒരു സാരികൊണ്ട് അവളെ പുതപ്പിയ്ക്കുന്നു) ഇത് നിനക്ക്.... ചീരുന്റെ ഒരു സമ്മാനാ.. ഇതൊന്നുടുത്തുവാ.....

രുക്മി : ഇപ്പോഴോ...

ചീരു : അതെനെന്താ.. ഒന്നുടുത്തുവാ പെണ്ണേ... (അവൾ സാരി വാങ്ങി അകത്തേയ്ക്കു പോകുന്നു പൊട്ടിയ വലക്കണ്ണികൾ പരിശോധിച്ചു കൊണ്ട്) കണാരേട്ടന് പിടിപ്പതു പണിയൊണ്ട്... ഇങ്ങനെ വലക്കണ്ണി കള് പൊട്ടിയാല്...

(രുക്മിണി സാരിയുടുത്ത് വരുന്നു) ആദ്യത്തെ ദിവസം ഇതുതന്നെ ഉടുത്താമതി. ഞാൻ പൊറം കടലില് എവിടെങ്കിലുമായിരിയ്ക്കും. അപ്പോൾ മനസ്സില് കാണും.... എന്റെ രൂക്കുനെ... ഇങ്ങനെ.....

(അവൻ അവളെ തന്നോടു ചേർത്തു നിർത്തവേ ‘മച്ചുവവന്നേ’ എന്ന ആരവം മുഴങ്ങുന്നു. പങ്കായമേന്തിയ മുക്കുവസംഘത്തോടൊപ്പം ചീരു കണ്ടനും അപ്രത്യക്ഷമാവുന്നു. വെളിച്ചം. തെല്ലിടെ മങ്ങി വീണ്ടും തെ ളിയുമ്പോൾ രുക്മിണി ഓർമ്മകളിൽ നിന്നും ഉണരുന്നു.)

രുക്മി : എല്ലാം... എല്ലാം കടലെടുത്തുപോയി.

(അവളുടെ തേങ്ങലിനോടൊപ്പം ഒരു നേർത്ത സംഗീതം... വെളിച്ചം പൂർണ്ണമായും അണയുന്നു.

(വീണ്ടും വെളിച്ചം വരുമ്പോൾ ക്യാമ്പസിന്റെ ഒരൊഴിഞ്ഞ മൂലയിൽ എന്തോ ഓർത്തിരിയ്ക്കുന്ന രുക്മിണി. തൊട്ടടുത്തെങ്ങോ കുട്ടികളുടെ ആർപ്പുവിളികളും കോലാഹലവും മുഴങ്ങുന്നുണ്ട് വിനിലയെന്ന

പെൺകുട്ടി പതുങ്ങിപ്പതുങ്ങി വന്ന് രുക്മിണിയുടെ കണ്ണുപൊത്തുന്നു. അവൾ വിഭ്രാന്തിയോടെ വിനിലയുടെ കൈയ്യുകൾ പിടിച്ചുമാറ്റുന്നു.)

വിനില : എന്താ... പേടിച്ചു പോയോ?

രുക്മി : ങും... കുറച്ച്...

വിനി : പെണ്ണെന്താ സുന്ദരസ്വപ്നത്തിൽ മയങ്ങുവാരുന്നോ? ആരെയാടീ.....

രുക്മി : ഛെ.... പോ... അങ്ങനെയൊന്നുമല്ല.

വിനി : രുക്മിണി വാ.. നമുക്കൊരു ഗെയിം കളിയ്ക്കാം.

(രുക്മിണി വിസമ്മതം പ്രകടിപ്പിയ്ക്കുമ്പോൾ കൈയ്യിൽ പിടിച്ചുവലിയ്ക്കുന്നു)

എടാ ഇതു ക്യാമ്പസാ.... ഇവിടെ നീയിങ്ങനെ പകൽകിനാവും കണ്ട് തുങ്ങിപ്പിടിച്ചിരുന്നാലോ

രുക്മി : ഞാനില്ല.... എനക്ക് കളിയൊന്നുമറീല്ല. കടപ്പുറത്ത് ആകെ കണ്ടിട്ടുള്ള കളി തലപ്പന്തു കളിയാ....

വിനി : തലപ്പന്തുകളിയോ... Means... ഈ ക്രിക്കറ്റുപോലെ?

രുക്മി : അതൊന്നുവല്ല... ഞാൻ കളിയ്ക്കാറില്ല. ചീരും കൂട്ടുകാരും കൂടി കളിയ്ക്കുമ്പോൾ ഞാൻ കണ്ടിരിക്കും.

വിനി : അതാരാ ഈ ചീരു... Good name

രുക്മി : അവനൊരു പാവമാ... ചീരുകണ്ടൻന്നാ പേര്,

വിനി : ചീരുകണ്ടൻ....! അതും കൊള്ളാം, ഇവിടെ ഇങ്ങനെ ചീരുനേം ധ്യാനിച്ചിരിയ്ക്കാനാ ഭാവം?

രുക്മി : പോ കുട്ടി..... അങ്ങനൊന്നുമില്ല.

വിനി : അപ്പോൾ ഈ boy friend ഉം മായി എങ്ങനെയാ... correspondence....?

(അവൾക്കു മനസ്സിലാവുന്നില്ല.)

അല്ല..... ഈ പ്രണയസന്ദേശം കൈമാറാൽ Email or chatting? അതോ പഴയ കുറിമാനം പറത്തലോ...?

ഛെ.... താനിങ്ങനെ shy ആയാലോ.. ഇങ്ങനെയൊന്നും ഇവിടെ പിടിച്ചുനിൽക്കാൻ പറ്റൂല്ല മോളെ... ഇതു സ്ഥലം വേറെയാ...

രുക്മി : അതെ... അതുതന്നെയാ എന്റെ പേടി.... വിനില നീ... എനിയ്ക്ക് പേടിയാ...

(കുട്ടികളുടെ ആർപ്പുവിളികളും ആരവങ്ങളും അടുത്തുവരുന്നു.)

വിനില : പേടിച്ചിട്ടു കാര്യമില്ല മോളെ... ദേ വരുന്നുണ്ട്.

അവന്മാരെ പെണക്കിയാൽ കാര്യം കൊളമാകും. ടെൻഷനടിയ്ക്കാതെ ചുമ്മാ ഈസിയായിട്ട് അങ്ങെടുത്താ മതി....

(ആൺകുട്ടികളുടെ ഒരു സംഘം കടന്നുവരുന്നു. നൃത്തച്ചുവടുകളുമായി വരുന്ന അവർ ഓരാളെ താങ്ങിയെടുത്തിട്ടുണ്ട്. അയാൾ കാഷായവേഷധാരിയാണ്.)

കാഷായം : ശിഷ്യാ...

ഗ്രൂപ്പ് : പറയൂ മഹർഷേ.....

കാഷാ : എവിടെനിന്നാണൊരു കസ്തൂരി ഗന്ധം? പണ്ട് പരാശര മുനി വരം കൊടുത്ത മുക്കുവപ്പെണ്ണിന്റെ ഗന്ധം...?

വിനില : (രുക്മിണിയുടെ ചെവിയിൽ) നിന്നേക്കുറിച്ചോ... (രുക്മിണി ഞെട്ടുന്നു)

കാഷാ : അവളെ നമ്മുടെ മുന്നിലേയ്ക്കാനായിക്കൂ ശിഷ്യാ..

ഗ്രൂപ്പ് : ഹേയ് വിശ്വാമിത്രന്റെ തപസ്സിളക്കിയ പെണ്ണോ... നിന്റെ മെയ്യഴകും മുടിയഴകും മാമുനിയുടെ മനം കളിപ്പിച്ചിരിയ്ക്കുന്നു. മുഖം കാണിയ്ക്കാൻ കൽപന.

വിനി : ചെല്ല്.... മുനി കോപിഷ്ഠനാവണ്ട...

രുക്മി : ആരാ ഇവരൊക്കെ.....

വിനി : നമ്മുടെ Friends അല്ലേ എല്ലാവരും... നീ പരിചയപ്പെട്ടു... സോജൻ ഫെർണാണ്ടസ്സാണ് കാഷായ വേഷം... ആളു ഫെയ്മസാ....

രുക്മി : എനിയ്ക്കു പേടിയാകുന്നു വിനി..

വിനി : ഇതൊരു സാധാരണകാര്യല്ലേ... അവനെ പെണക്കണ്ട... ഒരു പ്രത്യേക ടൈപ്പാ...

കാഷായ : അവളെ പർണ്ണശാലയിലേയ്ക്കാനയിക്കൂ....

(കാഷായ വേഷം നടന്നു നീങ്ങുന്നു)

ഗ്രൂപ്പ് : ദേ വിശ്വാമിത്രനെപ്പിണക്കിയാലുള്ള ഭവിഷ്യത്തറിയാലോ... ഒന്നു പറഞ്ഞുകൊടുക്ക്.... വിനീ...

വിനി : പേടിയ്ക്കണ്ട പെണ്ണേ... പരിചയപ്പെടലിന്റെ അവസാനത്തെ ചടങ്ങാണിത്.

(രുക്മിണി - സാവകാശം അവർക്കു പിന്നാലെ തെല്ലിട നിശബ്ദത..

പിന്നെ ഉയർന്നുകേൾക്കുന്ന ആരവങ്ങൾക്കിടയിൽ രുക്മിണിയുടെ ദീനവിലാപം, വെളിച്ചം പൂർണ്ണമായും അണഞ്ഞ് വീണ്ടും തെളിയുമ്പോൾ ഹോസ്റ്റൽ മുറിയിലെ കട്ടിലിൽ ഒരു പുതപ്പ് വാരിച്ചുറ്റി ഇരിയ്ക്കുകയാണ്. കുളിമുറിയിൽ നിന്നെന്നവണ്ണം വിനില മുടികോതിക്കൊണ്ട് കടന്നുവരുന്നു.)

വിനി : എടാ ഇവിടെ വന്നിട്ടുള്ള എല്ലാവരും കടന്ന കടമ്പയാണിത്. അതും കഴിഞ്ഞു നാളെ മുതൽ നീ പൂർണ്ണ സ്വതന്ത്രയാണ്. ഞങ്ങളെപ്പോലെ.

(രുക്മിണിയുടെ തേങ്ങൽ മാത്രം ഉയർന്നു കേൾക്കാം.) പുവർ ഗേൾ.... രണ്ടു ദിവസം മോന്തേം വീർപ്പിച്ചു നടക്കും. പിന്നെയെല്ലാം ഒരോർമ്മത്തെറ്റുപോലെ. അത്രേയുള്ളൂ. അടുത്തകൊല്ലം ഈ ഏർപ്പാടിന് നീയായിരിക്കും മുൻപിൽ... നോക്കിക്കോ... പോയി കുളിച്ച് ഫ്രഷായ്വാ.....

(രുക്മിണിയുടെ തീപാറുന്ന നോട്ടം)

വാ.... ഈ നോട്ടം... ഇതാണവനെ ഭ്രാന്തു പിടിപ്പിച്ചത്... കഴിഞ്ഞതു കഴിഞ്ഞു.... ബുദ്ധിയുള്ളോരെന്താ ചെയ്യുകാ... അതുകൊണ്ട് ഇതൊന്നും അത്ര കാര്യാക്കണ്ട. ഒക്കെ മറന്ന് പഠിച്ച് മിടുക്കുള്ള ഒരു നേഴ്സ്സായി, കടലുകൾ കടന്ന് ഡോളറോ, പൗണ്ട്സോ ഒക്കെ വാരിക്കൂട്ടി നാട്ടിലെത്തി സുഖായങ്ങ് ജീവിയ്ക്കുക. (രുക്മിണിയുടെ പുതപ്പെടുത്തു മാറ്റാൻ നോക്കുന്നു. അവൾ അതിനു സമ്മതിയ്ക്കാതെ വിനിലയെ പിടിച്ചു തള്ളുന്നു.)

രുക്മിണി : (വന്യമായ ഭാവത്തോടെ) ഇതൊന്നും അത്ര കാര്യല്ല... അല്ലേ...

വിനി : ഹേയ്... വട്ടായൊ പെണ്ണിന്..?

രുക്മി : അതേടീ... ഞാനിതൊന്നും കാര്യാക്കണ്ട അല്ലേ..... ബുദ്ധിയുള്ളോര് അതാ ചെയ്യുക അല്ലേ... കീറിപ്പറഞ്ഞ മീൻ വലകളുപോലെ പൊട്ടിത്തകർന്നുപോയ എന്റെ മാനം ഞാൻ കാര്യാക്കണ്ട അല്ലേ..

(അക്രമാസക്തയായ അവൾ വിനിലയെ തലങ്ങും വിലങ്ങും അടിക്കുന്നു. കണ്ണിൽ കണ്ടതെല്ലാം വലിച്ചെറിയുന്നു. രംഗം ഇരുളുന്നു.)

വീണ്ടും അരങ്ങിൽ പ്രകാശം വരുമ്പോൾ കടപ്പുറത്തെ രുക്മിണിയുടെ വീടാണ്... കോലായയുടെ ഒരരികിലായി രുക്മിണി മൂടിപ്പൊതിഞ്ഞിരിയ്ക്കുകയാണ്. ചീരുകണ്ടൻ കൈയ്യിലൊരു മീൻവലയുമായി കടന്നുവരുന്നു.)

ചീരു : ഞാ... കുറച്ചീസത്തേക്ക്. പിന്നേം പൊട്ടും പിന്നേം കെട്ടും. അല്ലാണ്ടെന്താ ചെയ്യ്വാ... കടലുമാക്രികളുടെ മുമ്പില് മ്മക്കു തോറ്റുകൊടുക്കാൻ പറ്റ്വോ.

(കാണാരേട്ടൻ കടന്നുവരുന്നു. കൈയ്യിൽ വിചിത്രമായ ഒന്നുരണ്ടു സാധനങ്ങളുണ്ട്.)

കണാ : അയിനല്ലേടാ ചീരു ഞാനീ കെണി കണ്ടുപിടിച്ചത്.

ചീരു : ന്നിട്ടെത്രയെണ്ണം വീണു ങ്ങടെ കെണീല് ?

കണാ : പഴയ കെണിയല്ലെടാ... ഇത് പുതിയത് തെക്കേക്കരക്കാർടെ ഓടത്തിമ്മേകേറ്റി ഞാൻ വട്ടിട്ടുണ്ട്. വരുമ്പം അറിയാം ഇത്തവണ കൊറേ കുടുങ്ങും യ്യ് കണ്ടോ.

(ഈ സംഭാഷണമത്രയും വല്ലാത്തൊരു വികാരത്തോടെയാണ് രുക്മിണി ശ്രദ്ധിക്കുന്നത്)

രുക്മി : കടലുമാക്രികള് കെണിയിൽ കടുങ്ങ്വോ അച്ഛാ...? കുടുങ്ങിയാല് ആയിറ്റങ്ങള് പിന്നേം ചാടിപ്പോവ്വോ അച്ഛാ...

ചീരു : ഇബളെ ഓരോരോ പേടിയേ.... കൊറേ നേരായി ഓരോരോ...

കണാ : അങ്ങനെയങ്ങ് വിട്ടുകൊടുക്കാൻ പറ്റ്വോ...

രുക്മി : അച്ഛാ... കടലുമാക്രികള് കരേല് കേറി വന്നാല്...

(ചീരുകണ്ടൻ വീണ്ടും ചിരിച്ച് കളിയാക്കുന്നു)

കണാ :(കടുത്ത ദേഷ്യത്തിൽ) ഞ്ഞി കേറിപ്പോണൊണ്ടോ... ഓരോരോ വെവരക്കേടു പറയാണ്. സ്ക്കൂളിലും കോളേജിലും പഠിച്ചാല് കുറച്ച് വെവരമൊണ്ടാവൂന്ന് കരുതി.

(അയാൾ തിടുക്കത്തിൽ തന്റെ ജോലിയിൽ വ്യാപൃതനാകുന്നു)

ചീരു : പേടിയ്ക്കണ്ട രുക്മിണി... കടലുമാക്രികള് മൊതലയൊന്ന്വല്ല കരേല് കേറിവരാൻ.. ദാ ഇത്രവരും വലുപ്പം,,

രുക്മി : അതിന് മുള്ളുള്ള പൊറന്തോടുണ്ട്. കൂർത്ത ദ്രംഷ്ട്രകളുണ്ട്.

ചീരു : (ഉച്ചത്തിൽ ചിരിച്ചുകൊണ്ട്) ഇവളെ ഒരു പേടി...

രുക്മി : ചിരിയ്ക്കരുത് (വന്യമായ ഭാവത്തോടെ) കടലുമാക്രികള് കരേല് കേറിവന്ന് ചാടിവീണു കൊത്തിപ്പറിയ്ക്കും. തേറ്റപ്പല്ലുകൾ കൊണ്ട് അവിടെയുമിവിടെയും കടുച്ചുമുറിയ്ക്കും.. ദാ ഇതു കണ്ടോ.. ഇതുകണ്ടോ...(അവൾ ഭ്രാന്തമായി ചേഷ്ടകളോടെ തന്റെ ശരീരത്തിലെ മുറുപ്പാടുകൾ കാണിച്ചുകൊടുക്കുന്നു. 'മോളെ' എന്നൊരു വിളിയോടെ കാർത്തു അകത്തുനിന്നും ഓടിക്കിതച്ചെത്തുന്നു.

കാർത്തു : മോളെ.. നീയ്യെന്തിനാ പൊറത്തെറങ്ങീത് എന്താ എന്റെ കുട്ടി നീയ്യീകാണിച്ചെ?

(കാർത്തുവമ്മ രുക്മിണിയുടെ ദേഹം പുതപ്പ് കൊണ്ടു മറയ്ക്കുന്നു.)

ചീരു : കാർത്തുവമ്മെ... രുക്മിണിയ്ക്കെന്താ പറ്റിയേ...? ഓളെന്താ കോളേജിപ്പോവാത്തെ...? നിങ്ങളെന്താ ഒളിയ്ക്കുന്നെ...?

കാർത്തു : (ചങ്കുപൊട്ടിപ്പറയുന്നപോലെ) കടലില് മീൻ പിടിയ്ക്കണോര് കടോം എടോം വാങ്ങി പെങ്കുട്ട്യളെ കോളേജിലയക്കരുത്. നമ്മുടെ മക്കള് നടക്കാത്ത സ്വപ്നങ്ങള് കാണരുത്. കിട്ടാത്തത് മോഹിക്കരുത്. വള്ളോം വലേം മീനും തന്നെയാ നമ്മുടെ ജീവിതം... അതുമാത്രം.....

(പെട്ടിക്കരഞ്ഞുപോകുന്നു... കണാരൻ വലയുടെ കണ്ണികളുമായി ഒരു വൻ യുദ്ധത്തിൽ തന്നെയാണ്. ചീരുവിന് എന്തൊക്കെയോ മനസ്സിലായിയെങ്കിലും പക്ഷേ എന്തു പറയണമെന്ന് അറിയില്ലാതെ കുഴങ്ങുന്നു. രുക്മിണിയെ ദയനീയമാംവിധം ഒന്നു നോക്കി അവൻ പുറത്തേയ്ക്ക് പോകുന്നു. കാർത്തു തലയുയർത്തി കണാരേട്ടനെ നോക്കുന്നു. ദേഷ്യവും സങ്കടവുമെല്ലാം ആ മുഖത്ത് പ്രതിഫലിയ്ക്കുന്നുണ്ട്. അവർ കണാരേട്ടന്റെ നേർക്ക് പാഞ്ഞടുക്കുന്നു.)

കാർത്തു : കാലം കൊറെയായില്ലേ... ഇങ്ങനെ കൂട്ടിക്കെട്ടലു തൊടങ്ങീറ്റ്.... എന്നിട്ടെന്തുണ്ടാക്കി ഇതുവരെ?

(അയാൾ അവളെ ഒന്നിരുത്തിനോക്കി ഒരു മൂലയിൽ വച്ചിരുന്ന മാക്രിക്കെണി കയ്യിലെടുക്കുന്നു. അത് അവരെ കാണിച്ചു കൊടുക്കുന്നു.)

കാർത്തു : (വർദ്ധിച്ച ദേഷ്യത്തോടെ) കൊണ്ടുകള... നിങ്ങടെ പൊട്ടബുദ്ധീല് ഓരോന്നു തെളിയുന്നത്.

(തെല്ലിട മൗനം... പിന്നെ ഒരു രോദനം പോലെ) പെങ്കുട്ട്യോൾടെ മാനം കെടുത്തുന്നോര് നിങ്ങൾടെ ഈ പൊട്ടക്കെണീല് വീഴ്വോ....?

കണാ : (അമ്പരന്ന് അവളെ നോക്കുന്നു) ഞ് എന്താ പറഞ്ഞെ? നമ്മളെ മോള്... മോളെ (അയാൾ തളർന്നിരുന്നുപോയി.. കാർത്തുവമ്മയും ഒരിടത്തിരുന്നു തേങ്ങുകയാണ്. കടൽകാറ്റിന്റെ നേർത്ത ഇരമ്പം ക്രമേണ ശക്തിയാർജ്ജിച്ചുവരികയാണ്. കണാരേട്ടൻ തന്റെ കൈയ്യിലുള്ള മാക്രിക്കെണി ഒരിടത്തേയ്ക്ക് വലിച്ചെറിയുന്നു.)

''കൊല്ലും... കൊല്ലും.... എന്ന് പറഞ്ഞ് അയാൾ ഒരു കത്തി കൈയ്യിലെടുക്കുന്നു ഞാത്തിയിട്ടിരുന്ന മീൻ വലകളുടെ കണ്ണികൾ ഓരോന്നായി അയാൾ വെട്ടിമുറിയ്ക്കുകയാണ്. ഭ്രാന്തമായ അയാളുടെ ചലനങ്ങളെ പിന്തുടർന്ന് രുക്മിണിയും ഞാത്തിയിട്ടിരിയ്ക്കുന്ന വലകൾക്കുള്ളിലേയ്ക്കു കയറുന്നു)

രുക്മിണി: അച്ഛാ... വരുന്നുണ്ട്... കടലുമാക്രികള് ആർത്തിരച്ചു വരുന്നുണ്ട് .

(കണാരേട്ടനും കാർത്തുവമ്മയും അവൾക്കരികിലേയ്ക്കു വരുന്നു)

ഈ നേർത്ത നൂലുകൾക്കു പകരം ഇരുമ്പുകമ്പീം കൊണ്ടുള്ള ഒരു വലയുണ്ടാക്കണം. ഒരു മാക്രിക്കും കടുച്ചുമുറിയ്ക്കാനാകാത്ത ഇരുമ്പുവല...... അമ്മേ... അച്ഛാ... ഇവിടിരിയ്ക്ക്... (ഇരുവരും അവളൊടൊപ്പം ഇരിയിക്കുന്നു) ഈ ഇരുമ്പുവലയ്ക്കത്ത് ഇനി എനിയ്ക്ക് എന്നെ കാത്തുസൂക്ഷിയ്ക്കാം...

(രുക്മിണി ഇരുവരേയും തന്നോടു ചേർത്തുപിടിച്ചു സുരക്ഷിതത്വത്തിന്റെ പുതിയ ലോകം അനുഭവിച്ചുതുടങ്ങുമ്പോൾ വന്യമായ കടൽക്കാറ്റും തിരമാലകളുടെ ഗർജ്ജനവും അരങ്ങിൽ വെളിച്ചം അണയുന്നു.)

■ ■